Có kẻ cuồng điên khóc

**Có kẻ cuồng điên khóc**
*Tiểu thuyết* Khánh Trường
*Bìa* tác giả
*Phụ bản* Ann Phong
Chính tả & Biên tập Phạm Hiền Mây
*Dàn trang* Nguyễn Thành
ISBN: 9781989993354

KHÁNH TRƯỜNG

# CÓ KẺ CUỒNG ĐIÊN KHÓC

TIỂU THUYẾT

MỞ NGUỒN

*Gửi* Huỳnh Thái Bình – Nhật Hạ

# MỞ

*Một chuyện tình? Một mảng tâm lý xã hội? Một... , tôi thú thực, không biết. Nhưng đằng nào thì cũng đã mở, vạn sự khởi đầu nan, hình như viết lách cũng như thế. Quả thực, khởi đầu một câu chuyện bao giờ cũng rất khó. Chuyện hay truyện? Người bạn đã khuất của tôi, họa sĩ kiêm văn sĩ quá cố Võ Đình đã xuất bản một tuyển tập gồm truyện và chuyện. Theo ông ấy thì chuyện là những chuyện kể, trong ấy, nhân vật chính luôn ở ngôi thứ nhất - "tôi", kể lại câu chuyện mà chính tác giả đã trải qua, còn truyện là sáng tác, mượn hư cấu ấy để trình bày một quan điểm, một hướng nhìn, một triết lý sống... nào đó. Thiệt rắc rối, tôi không quen lý luận, lập ngôn nên thôi, ba phải vậy, truyện hay chuyện gì cũng được. Có thể trong những trang chữ tôi sẽ viết có "tôi" và dĩ nhiên cái "tôi" này là sản phẩm của tưởng tượng, dù đôi khi mang đôi chút sự thật.*

*Tôi lại lang bang rồi, thôi, trở về câu chuyện (hay truyện) tôi sắp mở đây...*

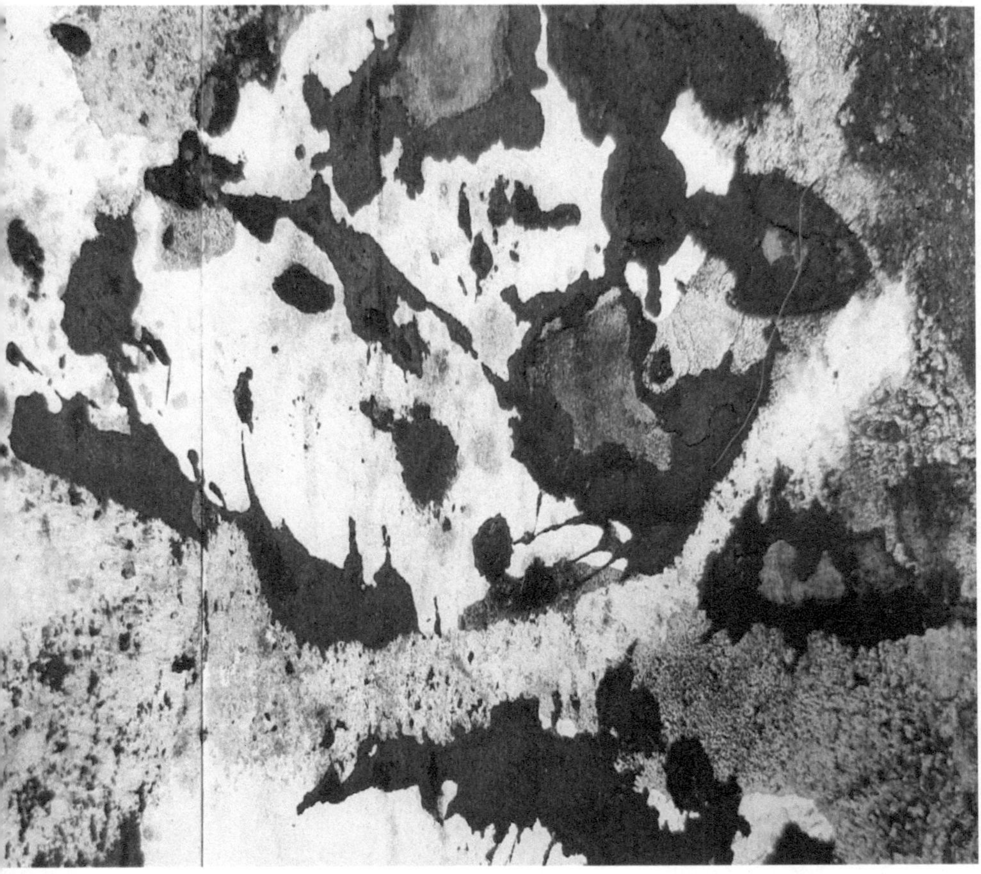

tranh ANN PHONG

# CHƯƠNG I

Tôi nói,

"Có thể chúng ta sẽ không còn gặp nhau nữa."

Thục nói,

"Đừng nói gở, em chẳng thích đâu."

Tôi nói,

"Anh nghĩ thế là dựa vào thực tế, em không thấy sao?"

Thục nói,

"Em sẽ trở về."

Tôi nói,

"Nhưng anh sẽ đi nay mai."

Thục nói,

"Anh bi quan hóa mọi chuyện, anh còn khỏe mà."

Biển ì ầm tiếng sóng đập vào bờ đá dưới sâu, bọt tung trắng xóa, màu xanh của nước càng ra xa càng thẫm đen. Bầu trời trong không mây, dường như cao hơn. Phía trong, những cao ốc sừng sững vươn lên sau rừng thông chạy dài ven triền cát rộng.

Thục nửa nằm nửa ngồi, tôi ôm nàng, mùi nước hoa thoang thoảng. Như mọi lần, hôm nay Thục mặc váy màu xanh dương nhạt, tôi nói,

"Anh không bi quan, hôm qua tái khám, bác sĩ bảo, chỉ tối đa sáu tháng nữa thôi."

Thục nói,

"Đừng tin mấy tay bác sĩ, lúc nào cũng phun ra toàn chuyện tiêu cực."

Gió mạnh, tóc Thục bay bay, vài sợi tóc vướng vào mặt tôi, mùi thơm thoang thoảng, tôi không biết toát ra từ thân thể nàng hay từ mái tóc.

Tôi nói,

"Sáu tháng hay một hai năm, không quan trọng, vấn đề là anh sẽ đi. Đó là sự thực"

Thục vít đầu tôi xuống,

"Thôi kệ, đến đâu hay đến đó. Hôn em đi."

Tôi hôn Thục. Nụ hôn dài, môi nàng mềm, ngọt, lần này thì tôi hiểu mùi thơm toát ra từ son môi, tôi có cảm tưởng như đang ngậm trong miệng một miếng thạch, chỉ khác, môi nàng không mát lạnh mà ấm.

Tôi nói,

"Môi em thơm"

Thục nói,

"Hy vọng mùi thơm này sẽ làm anh nhớ mãi."

Tôi nói,

"Em không cần hy vọng, điều ấy đương nhiên."

Thục nói,

"Làm sao biết được chuyện gì sẽ xảy ra ngày mai."

Tôi nói,

"Em biết mà, anh không còn sống được bao lâu."

Thục nói,

"Lại nói gở, bực ghê."

Tôi siết vòng tay quanh thân thể Thục, nhìn sâu vào đôi mắt to, vành môi dày, nhìn thấp xuống khung ngực nhu nhú, Thục có đôi vú nhỏ, săn cứng.

Tôi nói,

"Không nói chuyện của anh nữa… , nè em."

Thục hỏi,

"Gì anh?"

Tôi hỏi,

"Yêu anh không?"

Thục nói,

"Hỏi lãng xẹt, nhiều lúc em thấy anh vô duyên tệ."

Tôi hỏi,

"Em biết tại sao anh hay hỏi em cái câu vô duyên này không?"

Thục không trả lời, ngước mặt nhìn tôi chờ đợi. Nàng biết thể nào tôi cũng tự khai.

Tôi nói,

"Vì anh thiếu tự tin, lúc nào cũng thắc mắc, em có yêu anh thực không?"

Chiều xuống nhanh, thoáng chốc, bóng tối tràn ra từ rừng thông, loang rộng làm khuôn mặt Thục nhá nhem, nhòa mờ. Những cao ốc phía xa đã sáng đèn.

Tôi nói,

"Mình đi."

Tôi đứng dậy, kéo theo Thục. Chỗ chúng tôi ngồi là phiến đá rộng và phẳng nhô ra ngoài mặt biển không thấy chân sóng. Gió từ ngoài khơi thổi vào khá mạnh,

Thục nói,

"Em lạnh."

Tôi nói,

"Mình vào nhà hàng trên kia gọi cái lẩu ăn cho ấm bụng, anh cũng đói rồi."

Tôi dìu Thục men theo những bực đá thấp dần, xuống bãi, băng qua triền cát rộng. Nhà hàng nằm khuất trong rừng thông, không lớn lắm nhưng khá bắt mắt nhờ những dãy đèn màu quanh gờ mái. Phòng rộng, sân khấu nhỏ trong góc, một nhạc công đang chơi piano,

Thục nói,

"Tiếng đàn không ngọt."

Tôi hỏi,

"Em biết tấu khúc này?"

Thục nói,

"Dĩ nhiên, ai học nhạc mà lại không biết, đó là tấu *Symphony No 9 Claudio Abbado* của *Beethoven.*"

Thục tốt nghiệp viện âm nhạc hai năm trước, đang

chơi *violin* cho dàn giao hưởng thành phố. Tuần sau, Thục sẽ đi tu nghiệp ở Ba Lan hai năm. Cũng có nghĩa chúng tôi chỉ có nhau trong vòng ba hôm nữa kể từ hôm nay, sau đó sẽ vĩnh viễn mất nhau. Đúng hơn, Thục sẽ không bao giờ còn thấy tôi trên cõi đời này. Tối đa sáu tháng nữa tôi lên đường. Tôi chết! Ban đầu tôi đau khổ và sợ hãi lắm, nghĩ sẽ đến lúc những người thân, dù gắn bó bao nhiêu rồi cũng sẽ xa lìa, và rồi sẽ dần bị xóa quên. Nhưng sau đó bình tâm lại, tôi hiểu ra điều cực kỳ giản dị mà bất cứ ai cũng biết, đó là cuộc sống không ngừng trôi, mầm xanh ngày hôm nay sẽ có lúc vàng úa, tàn héo, rụng và rã tan. Đó là quy luật vô thường, tuyệt đối không khác, chỉ sớm hoặc muộn thôi. Sẽ cực kỳ vô lý nếu bắt người ta phải luôn nhớ đến mình, khác gì buộc họ mang mãi một đôi giày đã rách nát. Tôi yêu Thục. Tình yêu không lớn nhưng như một thói quen đã thành quán tính, tôi sẽ khó thích nghi với môi trường mới nếu bất ngờ mất đi thói quen này. Hai năm trước tôi lao đao vì một sự cố tồi tệ, tưởng sẽ trầm luân mãi mãi dưới đáy bất hạnh, thế rồi bất ngờ Thục xuất hiện, giúp tôi đứng dậy, leo lên từ vực sâu. Tôi không muốn khơi lại chuyện cũ, hãy để nó trôi vào quên lãng, chỉ giữ lại một điều duy nhất, là Thục và tình yêu của nàng. Tình yêu đó, tựa một cái phao, tôi luôn bám vào để không chết chìm. Nói cách khác, Thục giúp tôi ý thức được sự tồn tại của mình trong cuộc đời, và phấn đấu hầu giữ vững sự tồn tại đó. Tưởng tượng một ngày nào Thục vuột khỏi tầm tay, tôi sẽ thế nào? Nhưng buồn cười chưa, tôi chỉ hiện diện trong cõi nhân gian này sáu tháng nữa, sau đó mọi chuyện sẽ ra sao, đâu còn liên quan gì đến tôi? Còn Thục có yêu tôi? Có, song hình như không nhiều, tôi linh cảm thế. Thục sẽ đi tu nghiệp, và sẽ nhanh chóng quên tôi nếu tìm thấy đối tượng khác. Tôi chấp nhận điều này với chút đắng cay, và bất lực.

Tôi gọi thức ăn, nước uống. Tiếng *piano* vừa chuyển qua một giai điệu khác. Nhanh và vui.

Tôi nhìn Thục, dưới ánh sáng dịu trong căn phòng rộng, thưa khách, khuôn mặt Thục như một điểm nhấn sinh động, với ánh mắt long lanh, nụ cường sáng bóng những hạt răng trắng, và chiếc váy ngắn màu xanh nhạt, nổi rõ những đường cong quyến rũ. Sự quyến rũ toát ra từ vẻ đài các, sang cả, không gợn chút dung tục.

Tôi nói,

"Em đẹp quá."

Thục mở lớn đôi mắt ướt, cười nhẹ, giọng bình thản,

"Em sẽ cho anh sở hữu em trọn đêm nay."

Tôi hỏi,

"Món quà chia tay?"

"Muốn hiểu thế nào, tùy anh."

Tôi không hào hứng dù biết lát nữa trong căn phòng khách sạn thơm mùi chăn gối sạch, tôi sẽ hoàn toàn làm chủ thân xác Thục, cái thân xác trước đây nhiều lần tôi đã ăn nằm, đã ngậm nút say đắm hai trái vú mũm mĩm, đã mê mải vờn lưỡi giữa hai vách thịt mềm trơn nhầy, đã vào ra hối hả chỗ cửa mình Thục đang nảy cao đón nhận.

Tôi nghĩ ân huệ Thục ban phát cho tôi đêm nay, nghĩa nào đó, cũng chẳng khác gì phát súng cuối cùng mà người chỉ huy đội hành quyết bắn vào đầu tử tù, phát súng kết thúc nhanh và dứt khoát sự sống của một con người. So sánh, liên tưởng có vẻ khập khiễng, nhưng không hiểu sao, nó lại tồn tại trong đầu tôi, suốt từ lúc còn trong phòng ăn, khởi từ lời hứa hẹn của Thục cho đến bây giờ.

Bây giờ, Thục khỏa thân, tênh hênh trên mặt nệm, tôi nằm xuống cạnh Thục, nàng ép sát thân thể vào tôi, gối đầu lên cánh tay tôi. Mùi thơm của tóc hay son môi, tôi lại lẩn thẩn tự hỏi.

Thục nói,

"Trông anh không vui."

Tôi nói,

"Anh vẫn không thể không nghĩ đến chuyện ba hôm nữa anh sẽ mất em."

Thục nói,

"Em sẽ về mà."

Tôi nói,

"Nhưng chỉ sáu tháng…"

Thục khoát tay, vẻ như ngăn lại, nàng trườn người, nhích cao, nâng trái vú nhỏ kê sát miệng tôi.

Thục nói,

"Không nói chuyện ấy nữa... *Suck my breast, please*."

Thục ôm đầu tôi siết mạnh, tôi làm theo lời Thục, mùi thơm da thịt, tiếng rên, dần dần tôi hưng phấn, tạm thời quên hết, và rồi suốt đêm ấy, tôi và Thục gần như không ngủ, tôi cũng chẳng có thì giờ nghĩ chuyện gì khác ngoài những trận tình tiếp nối không ngưng nghỉ. Gần sáng, mệt quá, tôi  thiếp đi. Khi tỉnh dậy, ánh sáng ngập căn phòng, mặt biển đầy chiếm trọn khung cửa sổ mở rộng, nắng chan hòa trên mặt nước lấp lánh. Bên cạnh chỗ nằm tôi, giờ là mặt nệm trống. Chiếc ví đeo vai của Thục trên mặt bàn đêm cũng không còn, chỉ trơ một mảnh giấy nhỏ, mảnh giấy xé ra từ lịch treo tường, mặt sau vài dòng chữ viết bằng chì kẻ mắt. Thục đã đi. Tôi với tay lấy mảnh giấy,

*"Mong anh nhớ mãi đêm qua. Hôn anh. Thục."*

Tôi nhìn qua cửa sổ, biển một màu xanh thẫm, chân trời xa tít. Phía đó, Thục sẽ đến, cũng có nghĩa tôi sẽ vĩnh viễn mất nàng. Tôi cố gắng bình thản, nhưng mắt bỗng dưng cay.

Nằm nướng thêm khoảng mười lăm phút, tôi vào *restroom*. Đứng dưới vòi sen ngửa mặt đón những sợi nước ấm đâm nhẹ vào da thịt, tôi miên man nghĩ đến Thục, nghĩ đến trận tình đêm qua, nghĩ đến những ngày tháng buồn nản thiếu vắng Thục trong tương lai, tôi lại cảm thấy ngực nghèn nghẹn.Tôi yêu Thục nhiều đến vậy ư? Trước đây, vài ba ngày không gặp, tôi nhớ, gặp nhau, ôm nhau, hôn nhau, làm đầy nhau. Khi đã no đủ từ thể xác đến tâm hồn, tôi lại trở về với công việc của mình, không nghĩ sẽ có lúc rơi vào trạng huống như hiện tại, lạc lõng, thiếu vắng, trống trải.

Tôi ra khỏi phòng tắm, chưa muốn mặc quần áo. Khí hậu mùa hè oi bức, tôi trần truồng đứng sau cửa sổ nhìn xuống bãi, gió biển mang một chút hơi mát mơn man da thịt. Bãi đã bắt đầu lác đác người. Một cặp tình nhân nắm tay nhau đi dọc theo chân sóng, bóng họ ngả dài về phía trước.

Tôi bấm điện thoại gọi cho Thục. Chuông reo hơi lâu. Tiếng Thục,

"A lô, em đây."

Tôi nói,

"Chiều nay anh muốn gặp em."

Tiếng Thục,

"Em đang trên đường ra Nha Trang, em muốn đi thăm vài người thân trước khi lên đường."

Tôi hỏi,

"Bao giờ em về?"

Thục nói,

"Có lẽ hai hôm nữa, về, em phải thu xếp hành lý và giải quyết nốt một số việc, rất bận, chắc không còn thì giờ gặp nhau nữa, em xin lỗi, em yêu anh."

Tôi nói,

"Anh muốn gặp em."

Thục nói,

"Anh yêu, em cũng muốn lắm nhưng anh thấy đó, em như con quay. Thôi, trên xe đông người, nói điện thoại không tiện. Hôn anh."

Thục cúp máy. Tôi thở dài, có cảm tưởng đêm ân ái vừa qua là một trong nhiều thứ tự việc mà Thục phải làm trước khi lên đường, như một hình thức trả nợ ân tình để có thể không bao giờ nữa lặp lại. Tất cả sẽ trở thành quá khứ. Tôi nhạy cảm quá chăng? Tôi đủ bình tĩnh nhìn mọi chuyện bằng con mắt khách quan. Thực ra từ lâu, tôi đã lờ mờ hiểu mình chỉ là một nhân tố không nhiều ấn tượng trong trái tim Thục. Người đàn bà này lắm tham vọng, chắc chắn không cam lòng làm một nhạc công vô danh tiểu tốt, nhất định Thục sẽ tìm cách thoát khỏi hoàn cảnh hiện tại, lần xuất ngoại tu nghiệp này là một cơ hội lớn sẽ giúp Thục thành tựu giấc mơ của mình. Tôi chỉ là một anh nhà văn làng nhàng, ngoài mớ chữ nghĩa vớ vẩn, tôi chẳng có gì đáng giá.

Tôi trả phòng, rời khách sạn, ra con dốc dẫn xuống bãi cát rộng, tiếp giáp chân sóng. Tôi băng ngang đường, định đến trạm *bus* đón xe về nhà trọ, thì từ trên đỉnh một chiếc Toyota chợt xuất hiện và lao xuống với vận tốc cao, tôi hoảng hốt nhảy nhanh vào vệ đường. Không kịp, chiếc xe phóng thẳng, húc tôi văng xa, lăn nhiều vòng trên vệ cỏ ven lề, tôi nghe một tiếng "rắc" nho nhỏ. Đau quá, tôi lịm người đi.

Khi tỉnh dậy, một thiếu nữ, không, thiếu phụ, cúi xuống,

"Anh tỉnh rồi, may quá."

Tôi dần hiểu ra. Tôi bị gãy chân bởi tai nạn dưới chân dốc cạnh bãi biển. Thiếu phụ là chủ nhân của chiếc Toyota. Nơi tôi đang nằm là bệnh viện thành phố. Sau một tuần, tôi được cho xuất viện với chân trái bó bột. Nhưng thay vì trở lại nhà trọ thì thiếu phụ đưa tôi về nhà bà ta, sau khi biết tôi độc thân, không thân thích, sẽ rất trở ngại trong sinh hoạt thời gian dưỡng thương.

Thiếu phụ sống một mình, đang đợi xuất cảnh, đoàn tụ với chồng ở Mỹ. Đẹp, khoảng bốn mươi, da trắng, mắt ướt, miệng rộng, hai môi dày, chân dài, mông lớn, thiếu phụ có đủ tố chất của một thỏi nam châm có sức hút mạnh.

Sau khi thanh toán viện phí, thiếu phụ trở lại thu xếp nhanh những vật dụng của tôi bỏ vào bao ni lông.

Thiếu phụ nói,

"Mình về."

Tay phải tôi chống nạng, thiếu phụ xốc tay trái, dìu tôi ra xe.

Tôi hỏi,

"Có phiền chị lắm không?"

Thiếu phụ cười vui, nói,

"Dĩ nhiên phiền, nhưng tôi gây tai nạn, phải gánh hậu quả chứ"

Tôi nói,

"Vậy chị cho tôi về nhà trọ, tôi áy náy quá."

Thiếu phụ nói,

"Sĩ diện hão, dẹp đi, lên xe."

Thiếu phụ mở cửa dìu tôi vào ghế rồi nhanh nhẹn lấy cặp nạng mang bỏ vào cốp xe.

Ngôi biệt thự nhỏ nhưng xinh xắn nằm cuối mảnh vườn cũng nhỏ, rợp bóng mát nhờ tán lá rậm và rộng của hai cổ thụ hai góc phía trước. Chiếc Toyota bò chậm, qua cổng sắt thiếu phụ vừa mở bằng *remote control*, dừng trước cửa.

Thiếu phụ lại dìu tôi ra khỏi xe, lên vài bậc cấp, bấm chuông. Có tiếng khóa lách cách. Cửa mở. Một người đàn bà đứng tuổi thò đầu chạy ra.

Người đàn bà nói,

"Bà chủ về."

Tôi bước vào. Phòng khách rộng, dù không mở máy điều hòa nhưng vẫn mát lạnh. Có lẽ nhờ trần cao và tường dày cách nhiệt. Tôi nhìn quanh, hơi choáng ngợp vì cách bài trí mỹ thuật, sang trọng, chứng tỏ chủ nhân thuộc thành phần có học, có kiến thức. Trên bức tường rộng màu xám nhạt, treo một tranh sơn dầu lớn, *abstract*, màu xanh đen chủ đạo, với nhiều vòng xoáy chồng lấp, thấp thoáng vài mảng vàng cam chen vào, khiến người nhìn có cảm giác những màu tương phản này chuyển dịch (*movement*) theo những vòng xoáy. Tôi cũng có chút kiến thức về nghệ thuật nên nhìn bức tranh, đoán biết được trình độ thưởng ngoạn nghệ thuật của chủ nhân.

Tôi nói,

"Bức tranh đẹp quá."

Thiếu phụ nói,

"Ông xã tôi mua và gửi về từ Mỹ, của một họa sĩ Việt Nam."

Tôi nói,

"Ông họa sĩ này chắc nổi tiếng lắm ở Mỹ."

Thiếu phụ nói,

"Chỉ quẩn quanh trong cộng đồng Việt Nam thôi. Ông xã tôi nói nước Mỹ bao la, chỉ một tiểu bang California cũng đã gần bằng nước mình, có hằng hà sa số họa sĩ tài năng kiệt xuất thuộc mọi quốc tịch đổ đến Mỹ, những mong sẽ tìm được một chỗ đứng, nhưng cực kỳ khó, gần như vô phương! Nhiều họa sĩ Việt, được vài mươi du sinh đồng hương mời thuyết trình trong nhóm cho vui, khi về nước đã vội in thêm vào tiểu sử *"Đã thuyết trình về hội họa tại Đại học Z...",* ông xã tôi cười nói, mấy anh họa sĩ này tiếng Anh chỉ vài mươi từ, chả lẽ ông ta thuyết trình bằng tiếng Việt cho người Mỹ nghe? Bệnh "nổ" này khá phổ biến."

Tôi nói,

"Chị có vẻ không ưa họa sĩ Việt Nam."

Thiếu phụ nhún vai, nói,

"Cùng dòng máu với mình mà, sao lại không ưa? Nhưng ông xã tôi nói ra nước ngoài, nhìn cái bao la, phong phú của người rồi nhìn lại mình, thấy cái tật "nổ" của vài "ông thần" được dịp xuất ngoại, lắm lúc làm ông ấy xấu hổ không chịu được."

Dừng một chút, thiếu phụ đưa tay chỉ một căn phòng cửa khép góc trái phòng khách, nói,

"Nhưng thôi gác chuyện này lại, có dịp ta bàn tiếp. Giờ hãy lo chuyện nhãn tiền. Anh ở phòng này, cần gì bấm chuông, bà người làm sẽ lo mọi thứ cho anh."

Thiếu phụ nói,

"Thế nhé. Cậu đi nghỉ đi."

Và xoay lưng lên lầu.

Người đàn bà giúp việc nói,

"Chuông trên đầu giường, cần gì cậu bấm, tôi đến ngay."

Tôi nói,

"Vâng."

Người đàn bà nói,

"Nhưng chỉ trước tám giờ tối nhé, sau giờ đó tôi đã về."

Tôi hỏi,

"Bà không ở đây à?"

Người đàn bà nói,

"Không, tôi chỉ làm từ sáu giờ sáng đến tám giờ tối, theo đúng hợp đồng với trung tâm giới thiệu việc làm."

Tôi nói,

"Tôi hiểu rồi."

Đợi người đàn bà đi khuất xuống nhà dưới, tôi chống nạng khập khiễng vào phòng.

Phòng không rộng nhưng sạch sẽ, ngăn nắp. Chiếc giường *queen size* cạnh cửa sổ nhìn ra khoảng vườn, những khóm hồng đang nở rộ những đóa lớn, mùi thơm thoang thoảng tràn ngập bầu khí yên tĩnh. Tôi nghĩ đến Thục. Giờ này có lẽ Thục đang ở trên xứ người. Tôi thử hình dung nơi ăn chốn ở của Thục nhưng đành chịu. Chưa bao giờ tôi được ra ngoại quốc, kiến thức tôi có được về đất nước Ba Lan chỉ hoàn toàn qua sách vở, nên chỉ dựa vào những số liệu vô hồn, khô cứng và những ảnh chụp có tính cách quảng bá du lịch, qua những hình chụp này, đất nước nào lại không đẹp?!

Ngả người xuống giường, tôi tiếp tục nghĩ đến Thục, trong đầu hình ảnh Thục vẫn chật cứng. Hai năm đến với nhau, tôi không biết nhiều về nhân thân của Thục ngoài nghề nghiệp, cái nghề Thục có vẻ không hài lòng. Một vài lần xem nàng trình diễn, nàng đứng, nghiêng đầu kẹp cây đàn, và cánh tay uyển chuyển, khi nhanh khi chậm, lướt que vĩ (*bow*) trên cần phím, đẹp, nhưng qua ánh mắt, vành môi, cả khuôn mặt, tôi có cảm tưởng Thục đang lẻ loi, cô độc giữa những đồng nghiệp. Sau buổi trình diễn, tôi đưa Thục đi ăn khuya. Thành phố về đêm, dù đã sắp sang ngày mới, vẫn nhộn nhịp, sinh động, đông đúc, Thục lơ đãng rảo tia nhìn chung quanh, nhưng hình như không quan tâm đến bất cứ điều gì. Vẻ mỏi mệt toát ra từ dáng ngồi, ánh mắt, cử chỉ.

Thục nói,

"Chán quá, mong một đổi đời."

Tôi hỏi,

"Em mong đổi cách nào?"

Thục nói,

"Em chẳng biết, nhưng không như bây giờ."

Tôi nói,

"Thường, mấy ai bằng lòng hiện tại, người xưa có câu, đứng núi này trông núi nọ. Có bao giờ em nghĩ sự đổi thay em mong sẽ tệ hơn chăng?"

Thục nhún vai, nói,

"Anh bi quan quá, tuy nhiên nếu phải như thế, em chấp nhận, vấn đề là đổi thay, ăn mãi một món ngon, sẽ có lúc không ăn nổi nữa, huống hồ."

Tôi nói,

"Lãng mạn rặt mùi tiểu tư sản! Người Cộng Sản bảo thế. Kiểu lãng mạn này thịnh hành ở nước ta vào thời kỳ đầu thế kỷ hai mươi. Con trai mơ giang hồ, "dọc đường gió bụi", tóc bời lộng gió bốn phương, con gái mơ thoát vòng cương tỏa của xó bếp, nồi canh trả cá, khung cửi, vòng thêu. Giả dụ em tìm ra công việc mới, nhưng anh tin rồi sẽ đến lúc em chán và mong tìm công việc khác, vấn đề nằm trong đầu em, chứ không phải nghề này nghiệp nọ."

Tôi ngửa mặt nhìn dãy bóng đèn vây quanh lọt giữa những hố âm trên trần nhà, suy nghĩ mọi chuyện, chuyện lớn, chuyện bé, chuyện nọ xọ chuyện kia, nhiều chuyện chẳng liên hệ gì với nhau… đến mệt nhoài, rồi chìm vào giấc ngủ lúc nào không hay.

Tôi choàng thức, nhìn đồng hồ, đã mười hai giờ khuya. Tôi chợt nhớ đã ngủ quên, chưa kịp tắm, thảo nào khắp người ngứa ngáy khó chịu. Một tuần nằm bệnh viện, tôi mất hơn tám ký, chẳng phải vì vết thương, mà vì ngứa ngáy nên không sao chợp mắt được.

Về đây thoải mái, chắc có thể gột rửa mọi xú uế đã khiến tôi khổ sở suốt tuần qua. Tôi ngồi dậy, lấy đôi nạng lần vào *restroom*. Bật đèn, căn phòng rộng, sạch, ba mặt ốp kính, bồn tắm men trắng, *sing* rửa mặt lớn với đầy đủ bàn chải, kem đánh răng, *lotion*, dầu thơm. Tôi nhìn mặt mình trong gương, ốm quá, nghĩ, nếu thiếu phụ không đưa về đây, tôi sẽ thế nào khi trở lại căn phòng trọ nóng như lò nung, và tệ nhất, một thân một mình với cái chân bó bột. Tôi sẽ phải sinh hoạt, ăn uống ra sao? Kể ra trong cái rủi cũng có cái may, tôi mỉm cười, tự an ủi.

Không thể tắm vì cái chân bó bột, tôi đành dùng khăn lông ướt lau mình. Tôi lau chậm, cẩn thận, nước mát lạnh dễ chịu. Bác sĩ bảo hai tháng xương lành, tháo bột, đi đứng sẽ bình thường. Tôi mong ngày tháng chóng qua để trở lại sinh hoạt như đã. Ở đây tuy đầy đủ nhưng không thoải mái, bởi tự do là tiêu chí, tôi xếp nó vào hàng đầu cuộc sống.

Tôi trở ra và nhanh chóng đi vào giấc ngủ, cả ngày loay hoay, mệt, cơ thể cần ngơi nghỉ để lấy lại quân bình.

Tôi thức giấc khi mặt trời đã lên cao, ánh sáng ban mai dội qua khung cửa sổ, ngoài vườn, những đóa hồng rực đỏ còn ướt sương, tiếng chim ríu rít trên tán cổ thụ. Tôi chưa muốn ra khỏi giường, không khí ban mai trong lành thật dễ chịu. Có tiếng gõ cửa,

Tôi hỏi,

"Ai đó?"

Tiếng bà người làm,

"Tôi đây, cậu ra uống cà phê, ăn sáng."

Tôi nói,

"Vâng, tôi ra ngay."

Tôi ra phòng khách. Bà giúp việc nhìn tôi cười thân thiện, hỏi,

"Cậu muốn ngồi đây hay vườn sau? Ở đó có đủ bàn ghế, ngồi ngoài mát mẻ thoải mái hơn."

Tôi nói,

"Thế thì vườn sau."

Người giúp việc nói đúng, khu vườn rợp bóng mát, gió nhẹ, những luống hoa nhiều màu vươn cao, con đường nhỏ tráng *ciment* giữa hai bờ cỏ dẫn vào một lều lục giác không vách che, giữa kê bộ bàn ghế mây. Góc phải, gần kề căn nhà một lò nướng BBQ, nơi này hẳn là chỗ chủ nhân cùng bạn bè chén thù chén tạc. Khung cảnh tuyệt vời. Người giúp việc đặt tách cà phê bốc khói và hủ đường trước mặt tôi, hỏi,

"Cậu dùng hột gà ốp la nhé?"

Tôi nói,

"Vâng."

Người giúp việc xoay lưng đi vào. Tôi nghĩ, vật chất dư thừa thật sướng. Chợt từ cửa sau thiếu phụ xuất hiện, nhìn tôi cười rất tươi, hỏi,

"Cậu ngủ ngon chứ?"

Tôi nói,

"Vâng, cảm ơn chị, ngon lắm, cả ngày mệt."

Tôi nhìn và choáng váng. Chỗ đứng của thiếu phụ đối diện mặt trời, ánh nắng ban mai chiếu thẳng vào người, xuyên qua lớp vải mỏng của áo ngủ, nổi rõ tấm thân không mặc nịt vú, xì líp. Thiếu phụ gần như trần truồng với hai vú ngồn ngộn vểnh cao hai núm, âm hộ rậm đen, háng rộng, đôi chân dài. Thiếu phụ đến cạnh tôi, mùi nước hoa thoang thoảng, thân mật hỏi,

"Lát nữa cần đi đâu, tôi làm tài xế."

Tôi nói,

"Vâng, nhờ chị đưa về nhà trọ, tôi lấy cái *laptop*."

Thiếu phủ hỏi,

"Chà, làm gì cần *laptop*?"

Tôi nói,

"Thưa… , tôi, tôi… viết văn."

tranh ANN PHONG

Thiếu phụ tròn mắt, hỏi

"Ái chà, viết văn, thế bút hiệu?"

Tôi nói,

"Dạ, viết *feuilleton* cho vài tờ báo, bút hiệu là..."

Thiếu phụ reo lên,

"A, tôi có đọc cậu, hay lắm, có điều… *sex* quá,"

Tôi cười, nói,

"Viết *feuilleton* phải thế mới lôi được người đọc theo mình, chứ viết nặng nề, lập ngôn lập thuyết thì ai thèm đọc."

Thiếu phụ nói,

"Cậu nói đúng, nhất là bây giờ, mọi thứ đều chạy theo vận tốc, cái thời ôm cuốn sách dày cả nghìn trang với hàng đống triết lý nặng nề đã thuộc về dĩ vãng, ngày nay không ai còn đọc như thế."

Tôi lại cười, nói,

"Nhưng tôi viết có sex nhiều đến bao nhiêu cũng chẳng thấm gì so với thực tế. Bây giờ, với điện thoại thông minh, chỉ vài nút bấm là ai cũng có thể xem vô số truyện *sex*, phim *sex* của mọi quốc gia, tràn lan trên *net*."

Thiếu phụ cũng cười, nói,

"Nhưng đọc truyện có tí văn chương vẫn thích hơn ba thứ sếch siếc trên mạng, hùng hục… , chẳng *romantic* tí nào."

Tôi nhìn thiếu phụ, hai trái vú đong đưa, hai đỉnh tròn nhô cao sau lớp vải mỏng, nhìn âm hộ thấp thoáng màu tối, cảm thấy rạo rực.

Thiếu phụ nói,

"Cậu ăn và uống cà phê cho xong. Tôi vào thay đồ, mình đi."

Thiếu phụ xoay người trở vào. Nắng ban mai vẫn rực rỡ, tôi nhìn theo, hai mông thiếu phụ tròn căng nhún nhảy theo từng bước chân.

Tôi uống nốt ngụm cà phê cuối rồi đứng dậy, khập khiễng vào trong, thiếu phụ cũng đã thay đồ xong, bước xuống từ thang lầu, nói,

"Mình đi nhé"

Thiếu phụ xoay qua người giúp việc vừa từ nhà dưới đi lên,

"Chị giúp tôi một tay."

Tôi nói,

"Tôi đi được mà."

Thiếu phụ nói,

"Được, nhưng làm sao xuống tam cấp?"

Thiếu phụ nói với người giúp việc,

"Chị một bên, tôi một bên."

Hai người xốc nách tôi bước chậm xuống tam cấp. Khuôn mặt thiếu phụ kề sát, mùi nước hoa ngào ngạt, bộ quần áo bằng lụa lam sẫm làm tăng thêm màu trắng của da, tay áo ngắn để lộ hai cánh tay phơn phớt lông tơ, đôi chân mày rậm trên đôi mắt lá răm bén ngót, vòng môi rộng tô son đỏ, ngấn cổ cao. Thiếu phụ hấp dẫn quá, tôi nghĩ. Người giúp việc mở cửa xe, thiếu phụ giúp tôi yên vị chỗ ngồi, vòng qua bên kia, lên xe, đợi một lúc cho động cơ nóng rồi lái chậm ra khỏi cổng, nhập xuống lòng đường. Chiếc xe chạy êm trên mặt nhựa, thỉnh thoảng chậm tốc độ và nhấn còi lưu ý những bộ hành băng qua đường thiếu cẩn trọng, thiếu phụ lắc nhẹ đầu, nói,

"Lái xe trong thành phố này chỉ thiếu chú ý một tí là sẽ gây tai nạn ngay."

Tôi nói,

"Sao chị không thuê tài xế cho khỏe?"

Thiếu phụ nói,

"Tự lái tiện hơn, muốn đi đâu thì đi, đi giờ nào cũng được."

Tôi nói,

"Cũng lạ."

Thiếu phụ hỏi,

"Cái gì lạ?"

Tôi nói,

"Cá tính của chị, mạnh như đàn ông."

Thiếu phụ mỉm cười không trả lời. Chiếc Toyota chạy chậm qua cầu vượt, đổ dốc vào một ngã năm xe cộ ngang dọc. Xe gắn máy, xe hơi, xe vận tải, tiếng động cơ, tiếng còi, tiếng người, tất cả hòa trộn vào nhau thành một thứ âm thanh tạp lục, ầm ĩ.

Thiếu phụ nhận xét,

"Tuy xô bồ nhưng thành phố này có hấp lực riêng."

Tôi tán đồng,

"Chị nói phải, đã có thời gian tôi xa nơi này gần một năm, nhớ lắm, mong trở lại từng ngày."

Phòng trọ của tôi trong khu lao động, ngoại thành, phía tây nội đô. Nơi đây trước kia là vùng quê, dân cư thưa, hầu hết làm ruộng hoặc trồng cây ăn trái, đến mùa thu hoạch, mối lái vào mua sỉ về bỏ mối các chợ. Khoảng hai mươi năm trước, dân số bùng nổ, ruộng vườn hẹp dần để rồi biến mất, thay vào đó là hàng ngàn căn nhà, đủ kích cỡ và vật liệu mọc lên vô trật tự, chen chúc. Tôi nói thiếu phụ dừng xe và đợi tôi cạnh dòng kinh lớn, trước con hẻm nhỏ dẫn vào khu dân cư, chạy ngoằn ngoèo sâu bên trong. Nhiều lần tôi lo sợ, nếu chẳng may hỏa hoạn, làm sao chạy thoát khỏi nơi thiên la địa võng này? Đến căn nhà giữa hẻm, tôi lên cầu thang gỗ ọp ẹp bằng lối đi riêng phía sau, mở cửa vào căn gác vách ván, căn gác tôi đã bám trụ nhiều năm từ ngày ra trường, mùa hè nóng như nung, mùa đông lạnh cắt da. Đã một lần tôi đưa Thục về đây, nàng nhìn nơi tôi trú ngụ với ánh mắt không vui.

Thục hỏi,

"Anh ở đây bao lâu rồi?"

Tôi nói,

"Đã bốn năm."

Thục hỏi,

"Mãi thế này ư?"

Tôi nói,

"Em bảo anh phải làm sao?"

Thục nhìn tôi không trả lời. Từ hôm ấy tôi hiểu hình ảnh của tôi trong mắt Thục đã xuống cấp. Tuy nhiên cái "mác" nhà văn ít nhiều giúp tôi còn giữ được quan hệ với Thục.

Tôi lấy chiếc *laptop*, mở tủ gom thêm ít quần áo dồn vào chiếc túi rồi trở ra xe. Thiếu phụ đưa tôi về nhà, bước lên tam cấp gõ cửa, người giúp việc thò đầu ra.

Thiếu phụ nói,

"Chị giúp tôi."

Cả hai đưa tôi vào phòng.

Thiếu phụ nói,

"Cậu nghỉ ngơi nhé, tôi đi công việc."

Tôi nhìn thiếu phụ quay người sải nhanh ra cửa, dáng đi nhanh nhẹn, tự tin, bước xuống tam cấp, vào xe. Đợi chiếc Toyota ra khỏi cổng, tôi lần vào phòng và ngồi ngay trước bàn làm việc. Suốt ngày, ngoại trừ giờ cơm bà giúp việc gọi ra ăn, tôi đóng cửa phòng viết cho xong ba đoạn truyện dài từng kỳ cho ba nhật báo. Hôm qua tôi đã trễ một kỳ, hôm nay viết bù nên tốn nhiều thời gian. Loại truyện này tôi viết dễ dàng, không suy nghĩ lâu, bởi chỉ cần một yêu cầu duy nhất, là phải hấp dẫn, lôi cuốn. Muốn được thế, kinh nghiệm dạy tôi, phải đưa vào thật nhiều sex. Độc giả, không phân biệt tuổi tác, đều khoái món này. Người ta cần giải trí, chả ai tìm kiếm kiến thức qua những truyện *feuilleton* trên nhật báo.

Thiếu phụ đã về từ buổi trưa, tôi đoán thế, vì tôi nghe có tiếng xe hơi đậu trước cửa.

Mãi đến chín giờ tối, những dòng chữ cuối cùng của các trang bản thảo mới hoàn tất. Tôi thở phào nhẹ nhõm, ngả lưng xuống mặt nệm, nhắm mắt.

Tôi lại nhớ Thục, nhớ đôi vú nhu nhú săn cứng, nhớ đồi cỏ rậm, nhớ khe lạch, nhớ vòng ôm quấn quýt, nhớ hạ thể nẩy cao, xoay vòng. Tôi thèm mùi da thịt Thục, tôi thèm đi sâu vào vùng nhạy cảm..., tôi căng cứng bứt rứt. Bỗng nhiên từ Thục tôi nghĩ đến thiếu phụ, nghĩ đến thân thể gần như trần truồng sáng nay, lúc ánh mặt trời chiếu xuyên qua váy áo ngủ, nghĩ đến hai bầu vú to, núm vểnh cao, vùng đồi phì nhiêu rậm cỏ, háng rộng, mông tròn, đùi thon, chân dài.

Tôi muốn sở hữu người đàn bà này, tôi muốn ngập sâu vào bà ta. Tôi đoán thiếu phụ cần lắm một thân xác đàn ông. Dư thừa vật chất, dinh dưỡng tốt, tất nhiên thiếu phụ không thể không muốn làm đầy, quân bình tâm, thân. Điều này tự nhiên, không thuộc phạm trù đạo đức vào thời đại này, thời đại nữ quyền đang được thực thi trên khắp thế giới. Tôi trẻ, khỏe, kinh nghiệm gối chăn trên trung bình, là ứng viên lý tưởng, tôi tự tin.

Nhưng làm sao đến gần thiếu phụ?

Tôi tìm phương cách, và nghĩ, chỉ có phương cách ấy, tuy hơi cổ điển, nhưng nhiều phần hiệu quả.

Đã gần mười giờ, tôi ngồi dậy cởi quần áo, lần vào *restroom*, tôi duy trì trong đầu hình ảnh thiếu phụ đứng trong nắng mai, đối diện mặt trời, ánh sáng xuyên qua lớp vải áo ngủ, để phần hạ thể của tôi tiếp tục vênh váo, hỗ trợ thêm cho ý đồ sắp thực hiện. Tôi quan sát, thấy chỉ duy nhất chai *hand soap* là bằng thủy tinh. Tôi cầm lên, phân vân vài giây trước khi quyết định buông tay. Chai *hand soap* rơi xuống sàn gạch, vỡ vụn, mảnh và nước văng tung tóe, phát ra tiếng động lớn hòa cùng tiếng kêu đau đớn của tôi. Đôi nạng gỗ cũng bị tôi ném mỗi nơi một chiếc. Phần tôi, nằm sóng soài, tênh hênh bên vũng nước lầy nhầy nổi bọt. Tôi nghe tiếng chân từ trên lầu chạy vội xuống thang, tôi sắm ngay cho mình một bộ mặt thê thảm, và chờ đợi.

Chưa đến cửa *restroom*, thiếu phụ đã lên tiếng,

"Cậu làm sao thế?"

Tôi rên to hơn, như vừa bị dùi sắt đâm vào thịt. Cửa mở toang, thiếu phụ trong chiếc váy ngủ ngắn bước vào, hoảng hốt,

"Chết thật, có sao không?"

Được dịp, tôi rên càng lớn,

"Đau quá."

Thiếu phụ đảo mắt nhìn quanh, rồi nhìn tôi hơi lâu trước khi đưa tay kéo tôi đứng lên, và lặng lẽ ra nhà bếp mang chổi vào, gom mảnh thủy tinh bỏ thùng rác, cũng như dùng khăn tắm lau khô sàn phòng.

Xong việc, bấy giờ thiếu phụ mới lên tiếng, kèm theo nụ cười nửa miệng,

"Không đùa được đâu, có thể lần sau ngã thật đấy."

Thiếu phụ xoay người ra khỏi *restroom*. Tôi đứng chết trân, hỏa nhanh chóng hạ, nơi vênh váo không còn vênh váo và tà ý cũng bay biến. Vừa bẽ bàng vừa xấu hổ, tôi lần về phòng, trằn trọc không chợp mắt được. Làm sao thiếu phụ khám phá ra vở kịch tôi dàn dựng? Soát lại mọi sự kiện, tôi không tìm thấy sơ hở.

Lạ thực, nhưng ích gì khi biết được nguyên nhân?

Vấn đề là tôi sẽ thế nào khi, không tránh được, sẽ phải gặp thiếu phụ ngày mai, nguy cơ bị đuổi khỏi nơi này là chuyện có thể. Tôi thức gần trắng đêm, chỉ thiếp ngủ khoảng hơn tiếng. Bảy giờ, bà giúp việc gọi dậy uống cà phê, như ngày đầu tiên tôi đã căn dặn. Tôi ra ngồi ngoài vườn sau, hít thở thật sâu không khí sạch của buổi đầu ngày, dù lòng tôi không yên, xấu hổ và lo sợ. Chắc chắn không lâu nữa thiếu phụ sẽ xuất hiện, và rồi..., tôi không hình dung được chuyện gì sẽ xảy ra.

Thiếu phụ từ cửa sau đi về phía tôi, vừa đi vừa nghiêng đầu hướng bếp, nói lớn,

"Bà Tư cho tôi xin ly cà phê.'

Tiếng người giúp việc cũng lớn,

"Dạ, có ngay bà chủ."

Thiếu phụ bước thư thả đến bàn, kéo ghế ngồi đối diện, hỏi, giọng thoải mái như chưa từng xảy ra sự cố đêm qua,

"Ngủ ngon chứ?"

Tôi ấp úng,

"Dạ..."

Thiếu phụ cười thành tiếng,

"Hahaha... , ngủ không được chứ gì."

Bà giúp việc mang tách cà phê ra để trước mặt thiếu phụ, hỏi,

"Lát tôi đi chợ, bà và cậu muốn ăn gì?"

Thiếu phụ nói,

"Tùy chị."

Bà giúp việc hỏi tôi,

"Còn cậu?"

Tôi nói,

"Cũng tùy chị."

Người giúp việc đi vào. Đợi bà ta khuất sau cánh cửa, thiếu phụ nâng tách nước nâu nhạt bốc khói hớp một ngụm nhỏ rồi đặt tách trở lại vị trí cũ, cử chỉ nhẹ nhàng, khoan thai. Bỗng thiếu phụ ngước nhìn thẳng vào mặt tôi, nói chậm và dài,

"Tôi hiểu cậu, hiểu những bẽ bàng đang làm cậu bứt rứt không yên. Cũng phải thôi, nhưng cậu yên trí đi, tôi không trách cậu đâu. Ở vào địa vị cậu, bất cứ người đàn ông nào, không cách này cũng cách khác, tìm mọi cách chiếm hữu tôi, một người đàn bà, theo suy luận bình thường, hẳn rất cần một người đàn ông. Xã hội bây giờ sản sinh ra cách suy nghĩ như thế, báo chí, *facebook*, hàng nghìn trang mạng khiêu dâm, điện thoại thông minh, *computer, laptop*… , những phương tiện truyền thông nhanh chóng và hữu hiệu, giúp con người tiếp cận dễ dàng mọi thứ, mọi điều, tất nhiên không loại trừ những thứ tệ hại, bẩn thỉu, vô đạo, khêu gợi bản năng."

Thiếu phụ lại nâng tách cà phê nhấp tiếp một ngụm nữa.

Từ gốc bụi hồng cạnh lò nướng BBQ, một con rắn mối bò ra, bất động một lúc lâu rồi bò chậm vào gốc một bụi hồng khác. Những đóa hoa đỏ đậm, trắng nõn nhẹ rung dưới nắng mai. Trong thành phố chật chội này, có được một khoảng không gian trong lành như thế này, thật không phải dễ.

Thiếu phụ tiếp tục,

"Cậu chắc không lạ gì chuyện thác loạn của các nữ đại gia mà báo chí thường đưa tin, nào là trai bao, đấu giá thanh niên phục vụ tình dục. Những chuyện cách đây trên nửa thế kỷ chúng ta xem là chuyện chỉ có thể xảy ra ở các nước phương Tây, thế mà ngày nay nó hiện diện hàng ngày trên đất nước này. Những thông tin ấy tác động rất nhiều đến suy nghĩ của những người trẻ như cậu, nó khiến cho hướng nhìn của các cậu bị khúc xạ, lệch lạc. Song trên trái đất này bao giờ cũng thế, luôn có hai mặt, tiêu cực và tích cực, một điều đáng mừng là cái tốt đẹp bao giờ cũng nhiều hơn cái xấu, lý trí bao giờ cũng mạnh hơn bản năng, thiên lương bao giờ cũng vượt trên ác tính. Tôi chỉ là một người đàn bà bình thường, trẻ, khỏe, có những đòi hỏi của thân xác muốn được thỏa mãn, nhưng tôi đủ tỉnh táo để hiểu sẽ càng ngày càng lún sâu hơn xuống vũng lầy nếu lỡ một lần sa chân, bởi đã có lần đầu, sẽ có lần hai, lần ba, và nhiều lần nữa, đến một lúc, không còn cơ hội quay đầu. Chỉ để thỏa mãn thân xác, vô hình chung, tôi thành món đồ chơi của đàn ông. Có đáng không?"

Nắng đã lên cao, ánh nắng xuyên qua tán lá của hai cây cổ thụ rải xuống vuông cỏ những đốm sáng. Vòi tự động đặt rải rác khắp vườn, đến giờ tưới, phun mạnh các tia nước trên những luống hoa. Con rắn mối lúc nãy từ gốc khóm hồng lại xuất hiện, chạy nhanh, lủi vào bụi cây sát tường rào.

Thiếu phụ tiếp tục uống nốt phần cà phê giờ đã nguội, giọng trở nên thân mật,

"Tóm lại, tôi hiểu cậu, qua những sáng tác của cậu tôi thấy được tâm hồn cậu, một tâm hồn mẫn cảm, thiện hảo, khao khát cái đẹp, hướng thượng, son sắt trong tình yêu. Dù truyện của cậu nhiều *sex*, nhưng như cậu nói, chỉ nhằm mục đích lôi người đọc theo mình, tôi cảm thông. Sự cố tối qua bắt nguồn từ xã hội mà yếu tố dẫn dắt là truyền thông, có khuynh hướng khai thác mọi chuyện tiêu cực để câu độc giả, cậu bị điều kiện hóa. Thôi, hãy quên hết. Tôi mến cậu, hãy xem tôi như một người chị."

Thiếu phụ đưa tay qua nắm tay tôi trên mặt bàn, cười,

"Nhé, quên nhé."

Tôi nhận thấy một cảm giác rưng rưng ngập tràn lồng ngực. Trong mắt tôi, hình ảnh người đàn bà ngồn ngộn mời gọi chăn chiếu không còn, thay vào đó là một nhân cách hiếm hoi giữa lòng thành phố xô bồ này. Bất giác tôi nhìn thiếu phụ, giọng run,

"Chị, em cảm ơn."

Thiếu phụ siết mạnh tay tôi, hỏi,

"Cậu đã hết bứt rứt chưa?"

Tôi nói,

"Dạ hết, nhưng có một điều em nghĩ mãi không ra."

Thiếu phụ hỏi,

"Điều gì?"

Tôi nói,

"Làm sao chị biết em diễn kịch?"

Thiếu phụ cười lớn,

"Hahaha… , màn kịch của cậu nhiều sơ hở quá, hôm qua cậu nhận xét tôi có cá tính mạnh, nay tôi thêm, thông minh nữa. Thoạt đầu tôi hoảng hốt nghĩ cậu ngã thực, nhưng quan sát, tôi thấy ngay cậu đang diễn. Này nhé, nếu thực sự ngã, cậu sẽ phải nằm trên vũng *hand soap* và thân thể sẽ bị mảnh chai gây thương tích, đàng này, cậu lại cẩn thận nằm chỗ khô ráo, rồi lùa hết mảnh chai sang bên."

Tôi ồ lên thích thú,

"Chị thông minh thực."

Thiếu phụ lại cười lớn,

"Hahaha… , nếu không thông minh, tôi đã bị thiên hạ xơi tái sớm từ đời nào rồi."

Thiếu phụ, Bích Trâm, là giám đốc một công ty bất

động sản, chồng đang định cư ở Mỹ nhưng chưa bảo lãnh được vợ. Lý do, trong những cuộc điện thoại hoặc qua *messenger* của *facebook* hay *email* anh giải thích, đang theo học chương trình PhD, chưa ra trường, chưa có việc làm, đang nhận học bổng, nên không đủ điều kiện bảo lãnh. Anh nói Bích Trâm ráng chờ một thời gian nữa, mọi việc ổn định, sẽ tính.

Bích Trâm nóng lòng muốn được đoàn tụ nhưng cũng hiểu những trở ngại chồng đã trình bày. Cũng may công việc kinh doanh khá bận rộn, Bích Trâm không còn nhiều thời gian để đầu óc lún sâu vào chuyện này. Vả, bỏ hết cơ ngơi hiện tại, nhà cửa, tài sản, công ty… , Bích Trâm cũng cảm thấy phân vân. Vẫn hiểu chuyện đoàn tụ là quan trọng nhưng Bích Trâm yêu chồng, người đã đầu gối tay ấp trên bốn năm kể từ ngày gặp nhau, yêu nhau, lấy nhau. Họ chưa muốn có con, bởi thời điểm ấy vợ chồng khá vất vả vì sinh kế, họ sợ những đứa trẻ ra đời trong thiếu thốn. Sau nhiều lần bàn thảo, cả hai chọn giải pháp bất đắc dĩ, xa nhau một thời gian, bằng cách tìm đường cho chồng sang Mỹ du học (dĩ nhiên tốn kém, vì phải tìm cách "bôi trơn", hai vợ chồng góp nhặt, vay mượn để chu toàn "dịch vụ", cuối cùng cũng xong). Ra được xứ người, anh cố gắng học để có được học vị cao, hầu mong vợ chồng sẽ làm chủ một tương lai tốt đẹp hơn, bấy giờ tha hồ sinh nở, không muộn. Từ ngày chồng ra đi, Bích Trâm xin vào làm việc cho một công ty địa ốc và nhanh chóng gặt hái nhiều thành công ngoài mơ ước. Giám đốc công ty đã lớn tuổi, vợ ngoan con lớn, nhưng trước nhan sắc của Bích Trâm, con tim ông giám đốc bỗng đập sai nhịp. Vốn khôn khéo và thông minh, Bích Trâm nương theo tình hình bồi đắp tương lai, luôn giữ một khoảng cách vừa đủ khiến ông giám đốc không mất hết hy vọng nhưng cũng không quá gần để có thể làm tổn hại đến tinh thần lẫn thể xác mình. Bích Trâm thừa thông minh hiểu, nhẹ lòng buông trôi là sẽ nhanh chóng bị đào thải, rất ít đàn ông nào u mê vất bỏ gia đình để chạy theo một bóng hồng trẻ. Không lâu sau, nhờ có cổ phần và khả năng điều hành, Bích Trâm giữ chức giám đốc một chi nhánh của tổng công ty. Thành công trong kinh doanh biến Bích Trâm thành đại gia trong thời gian ngắn. Một vài lần, Bích Trâm ngỏ ý muốn chồng về, với cơ ngơi hiện tại, họ thừa sức lo cho bản thân và con cái sau này. Nhưng chồng Bích Trâm không chịu, cho rằng chỉ một năm nữa thôi, có được mảnh bằng PhD, anh ta sẽ thừa khả năng hội nhập vào Mỹ. Yêu chồng, chiều chồng, Bích Trâm không nhắc đến chuyện muốn chồng trở về nữa mà toàn tâm toàn ý lo cho công ty, gom góp của cải để sau này trên xứ người, vợ chồng không bị sinh kế chi phối.

Sáng nay tôi đã vào nhà thương tháo bột, xương gãy đã lành, tôi đi đứng bình thường trở lại.

Bích Trâm hỏi,

"Tháo bột xong, cậu về lại nhà trọ?"

Tôi nói,

"Vâng."

Bích Trâm nói,

"Tôi có đề nghị này, cậu thấy thế nào?"

Tôi nói,

"Em nghe."

Bích Trâm nói,

"Cậu cứ ở đây. Nhà rộng, tôi đi suốt. Ban ngày chỉ có bà giúp việc, cơm nước, giặt giũ, dọn dẹp… , bà ta lo, cậu rảnh rang, tha hồ sáng tác. Phần tôi, đêm hôm có đàn ông cũng yên tâm hơn, Cậu bằng lòng chứ?"

Tôi cười,

"Dưng không chị mang thêm của nợ vào người, vả lại, tôi sợ mang ơn."

Bích Trâm nói,

"Không có ơn nghĩa ở đây, xem như tôi nhờ cậu quản lý ngôi biệt thự này, thay vì trả lương, tôi bao ăn ở, sòng phẳng mà."

Chị muốn giúp tôi, dĩ nhiên tôi cảm động, nhưng thâm tâm cảm thấy không thoải mái. Chút sĩ diện còn sót, không cho phép tôi chấp nhận sự giúp đỡ này… . Tôi định nói thì chị khoát tay,

"Không lôi thôi nữa, ra xe, tôi chở đến nhà trọ thu xếp đồ đạc đưa về đây."

Tôi mở miệng,

"Chị…"

Chị nạt,

"Chị em gì, đi."

Chị bước nhanh ra xe, tôi buộc phải theo sau.

Đúng như chị nói, ở đây tôi có nhiều thì giờ hơn, chỗ làm việc thoáng mát, yên tĩnh hơn, ăn uống cũng điều độ, bổ dưỡng hơn. Tôi lên cân và tinh thần thoải mái, chỉ có điều, nỗi nhớ Thục vẫn chưa giảm cường độ. Hàng đêm hình ảnh Thục vẫn quẩn đọng trong đầu tôi. Ánh mắt, nụ cười, khuôn mặt, khung ngực, gò tình, khe lạch, tiếng rên… , nhất nhất mọi thứ, mọi điều, mọi cử chỉ, mọi phản ứng... đều hiện rõ mồn một. Tôi nhớ Thục. Tôi biết sẽ không bao giờ nữa tôi tái ngộ Thục, chẳng phải do căn bệnh quái ác sắp đưa tôi vĩnh viễn đi xa, mà tôi tin chắc Thục sẽ không trở lại đất nước này. Người đàn bà nhiều tham vọng một khi đã nhập được vào vùng trời bao la, tất không dễ gì xếp cánh. Dù thế nào, tôi vẫn mong Thục đạt được ước mơ, và dù tôi hiểu sẽ không có điểm dừng cho những hoài bão, Thục sẽ tìm kiếm suốt đời những đích đến luôn trêu ngươi phía trước.

Hôm qua tôi nằm vùi, căn bệnh quái quỷ đã bắt đầu hành hạ. Cổ tôi sưng tấy, giọng nói thều thào.

Bích Trâm hỏi,

"Cậu bệnh thế nào?"

Tôi nói,

"Ung thư *voice box* (thanh quản), bác sĩ chẩn đoán tôi chỉ sống được thêm sáu tháng, nay đã sang tháng thứ ba, nghĩa là chỉ còn ba tháng nữa."

Bích Trâm hỏi tiếp,

"Ai khám cho cậu?"

Tôi nói,

"Bác sĩ X."

Bích Trâm nói,

"Tôi quen bác sĩ Z, ông này chuyên khoa ung thư, rất giỏi, tôi đưa cậu đến khám lại."

Bác sĩ Z đã đứng tuổi, nghe Bích Trâm nói, ông ta

từng tu nghiệp ba năm ở Mỹ, hiện đang là trưởng khoa ung bướu bệnh viện Y.

Bác sĩ Z nói,

"Qua kết quả sinh thiết, ung thư của cậu thuộc dạng *loco*, không di căn, có thể chữa được bằng hóa trị kết hợp với xạ trị, tuy nhiên, khá vất vả, phải có sức và nhất là có tiền, tốn kém không ít."

Bích Trâm đợi tôi ngoài phòng chờ, thấy tôi trở ra, hỏi ngay,

"Thế nào?"

Tôi kể lại sự việc, Bính Trâm nói như reo,

"Thế thì hay quá, điều trị ngay."

Tôi thở dài,

"Tôi nghĩ mình đủ sức nhưng tốn kém lắm, tôi kham không nổi."

Bích Trâm nói,

"Tiền bạc để tôi lo, cậu hãy chuẩn bị tốt thể xác và tinh thần."

Tôi nhìn chị, ấp úng,

"Chị…."

Bích Trâm cười,

"Lại sĩ diện chứ gì. Đã nhận cậu là em, tôi phải có bổn phận."

Thời gian điều trị là mười hai tuần. Song song với việc mỗi ngày phải tới bệnh viện nằm ba tiếng đồng hồ cho y tá vào thuốc qua mạch máu, cứ cách ngày, tôi lại đến phòng xạ trị đốt cổ bằng phóng xạ! Tôi không ăn được bằng miệng, người ta đục một lỗ nhỏ ở bụng, đặt ống nhựa dùng máy truyền sữa *ensure* vào bao tử. Suốt ba tháng trời phải chịu đựng nhiều chục lần xạ trị và hóa trị, lại chỉ duy trì sự sống bằng sữa, tôi mệt ngất ngư, tóc rụng, cổ cháy đen, bong vảy như cơm cháy, tay chân run rẩy, đi đứng không vững. Nhiều lần, tôi muốn bỏ cuộc để được chết cho đỡ khổ nhưng những lúc ấy, Bích Trâm lại vỗ về, nâng đỡ tinh thần, gạt đi ý muốn tiêu cực của tôi. Cuối cùng ung thư bị đẩy lùi.

Bác sĩ Z vui vẻ,

"Cậu đã thắng, chúc mừng. Cậu yên tâm, bệnh không tái phát, nhưng nếu tái phát cũng tối thiểu ba mươi năm nữa, với điều kiện cậu bỏ được những thói quen cũ, thuốc lá, rượu mạnh, thức khuya."

*

Tôi mang ơn Bích Trâm. Có thể nói chị đã phục sinh tôi, từ một bệnh nhân sắp bước vào cửa tử, qua tận tụy và hết lòng của chị, tôi sống lại, như mầm cây tưởng đã héo tàn, nay bỗng tươi xanh. Tôi yêu chị, bằng thứ tình cảm gái trai lẫn tình chị em tương kính. Chị thanh sạch như một bà thánh, khi tôi nhớ đến tấm lòng bao la của chị trong thời gian tôi chống chọi với hậu quả của xạ, hóa trị. Nhưng chị cũng có hấp lực vô đối khi tôi nhớ đến hình ảnh chị trong váy ngủ, đối diện ánh sáng mặt trời, trong chủ quan tôi, chị đẹp như tượng vệ nữ. Nhiều đêm trong giấc mơ, tôi thấy mình như đứa bé con, được chị ôm ấp, được dụi đầu vào ngực chị, được hít no nê mùi hương đằm thắm toát ra từ da thịt chị, được hôn sâu lên đôi môi mềm thơm, được ngậm nút hai núm vú sưng mọng, được úp trọn bàn tay lên vùng đồi mượt cỏ hâm hấp nóng… . Tôi đê mê, liên tiếp rùng mình, cảm thấy sinh lực thoát ra, thoát ra… , để rồi choàng thức, ra khỏi giấc mơ. Tôi nằm yên, tận hưởng cảm giác còn vướng vất trong da thịt một lúc lâu, trước khi vào *restroom* đứng dưới vòi sen cho nước tẩy rửa, và khẽ thầm thì, với chính mình,

"Chị Bích Trâm, mãi mãi hình bóng chị hiện hữu trong trái tim em?"

Mỗi ngày, Bích Trâm mỗi trở nên quan trọng trong cuộc sống tôi, chi phối cả suy nghĩ và cả mọi sinh hoạt, hành động.

Một hôm Bích Trâm bảo tôi ghi tên học lái xe.

Tôi hỏi,

"Để làm gì?"

Chị nói,

"Cần lắm, mai mốt sẽ biết."

Tôi nói,

"Em muốn biết ngay."

Chị nói,

"Thôi được, nghe đây, để tiện cho việc điều hành cơ sở sau này."

Tôi nói,

"Em không hiểu."

Chị nói,

"Chị sẽ đi đoàn tụ nay mai, chị muốn cậu tiếp quản công ty."

Tôi trợn mắt,

"Chị không đùa chứ?"

Chị khẳng định,

"Không, chị đã nghĩ kỹ."

Tôi thực sự bất ngờ. Chị và tôi biết nhau không lâu, lại chẳng họ hàng thân thích. Có lẽ nào. Chị giải tỏa thắc mắc của tôi,

"Chị ra đi nhưng sẽ trở về thường xuyên. Cậu thay chị trông coi công ty. Tuy sau này cậu hoàn toàn làm chủ, về mặt pháp lý cũng như tài chính, nhưng chúng ta thỏa ước ngầm, công ty là của cậu và chị. Rõ hơn, chị yêu công ty này, là đứa con thân yêu chị đã sinh ra, đã nuôi dưỡng. Chị tin cậu sẽ giữ gìn, phát huy để cơ sở mỗi ngày thêm lớn mạnh. Cậu hiểu ý chị rồi chứ?"

Tôi hỏi,

"Chị chắc chắn còn nhiều bà con ruột thịt, sao chị không giao cho họ?"

Chị cười,

"Hầu hết đều ở nước ngoài, chỉ còn vợ chồng một bà cô, giàu, nhưng thời gian chồng chị cần tiền "bôi trơn" để xuất ngoại, đến nhờ bà ấy trợ giúp một phần, chẳng những không giúp, còn bị đuổi như đuổi hủi, đau và tủi lắm. Chả lẽ giao cho bà ấy? Bằng cảm quan nhạy bén của đàn bà, chị thấy, cậu là đáng tin nhất."

Tôi nói,

"Một giọt máu đào..."

Chị đưa tay ngăn tôi nói hết câu, lắc đầu cười buồn,

"Ngày nay, có vẻ như giọt máu đào đã bị cái ao nước lã của cậu hòa tan mất dấu từ khuya."

Dừng một chút, chị tiếp,

"Thôi, chị đã quyết định, không bàn cãi thêm. Cậu biết tính chị, đừng lôi thôi nữa."

Từ ngày biết lái xe, tôi thường đưa chị đến công ty vào những hôm chị không muốn lái, và những ngày cuối tuần, khi chúng tôi ra ngoại ô để rửa mắt, rửa phổi hay đến Vũng Tàu, Phan Thiết… , hít thở gió biển và thưởng thức hải sản. Nếu không trở ngại tuổi tác, người ngoài sẽ nhất định đánh giá chúng tôi là một đôi uyên ương hạnh phúc. Nhiều lần nhìn chị nằm, mắt nhắm, dưới gốc sầu riêng trong mảnh vườn rợp bóng mát, gió hiu hiu miệt Lái Thiêu. Chị ngủ, ngực nhẹ nhàng lên xuống theo nhịp thở, hai đỉnh vươn cao sau làn vải sáng, tôi thèm đến dại người được cúi xuống vùi mặt vào khoảng trũng giữa ngực, hít no say mùi hương da thịt, như trong những giấc mơ thường đến hàng đêm.

Chị Bích Trâm, em yêu chị biết chừng nào.

Người đàn bà này không ngừng chiếm giữ vị trí ngày một quan trọng hơn trong trái tim tôi, đồng nghĩa với bóng hình Thục dần mờ nhạt, để rồi, đến lúc không còn gợi nổi trong tôi những rung động một thời từng làm tôi ngất ngây, mê đắm.

Thục bây giờ ra sao? Những ước mơ (ước mơ gì?) Thục ôm ấp ngày xưa, nay đã thành tựu? Tôi thật lòng mong Thục thực hiện được hoài bão. Thục rời đất nước này đã hơn bốn tháng. Những ngày đầu, Thục *thường* xuyên gọi về, than buồn, lạnh và cô đơn. Thục bảo nhớ tôi, nhớ mùi đàn ông, nhớ những lần ân ái, nhớ vòng ôm, nhớ của tôi cứng cáp vào sâu, nhớ.... Nhưng hai mươi ngày nay, những cuộc gọi thưa dần rồi ngưng hẳn. Tôi đã tiên liệu cái kết này từ trước nên không ngạc nhiên, và cũng không buồn lắm. Tôi xem chuyện xảy ra là tất yếu. Vả, thực tình mà nói, chị Bích Trâm bỗng trở thành nhân tố chính chuyển hướng tình cảm tôi. Thục không còn liên lạc với tôi, xem ra lại hay, dù sao tôi cũng tránh được mặc cảm người chủ động!

Tôi nhìn xuống góc trái của màn hình, hai nghìn chữ cho một kỳ báo đã đủ, tôi vươn vai làm vài động tác thư giãn rồi vào *restroom.*

Nhìn mặt mình trong gương, nhớ lại màn kịch vụng về bị Bích Trâm lật tẩy, tôi mỉm cười, thông minh thực, người đàn bà này. Từ ngưỡng mộ, tôi dần bị chị khuất phục. Nghĩ đến ngày chị ra đi, lòng tôi đau quặn.

Tiếng xe ngoài cửa, Bích Trâm đã về. Tôi ra phòng khách, Bích Trâm lên tam cấp, vào nhà. Váy trắng, áo *chemise* xanh nhạt, tóc dài phủ vai, kính râm đậm màu, môi tô son đỏ, chị có nét quyến rũ và sang cả của một mệnh phụ. Tôi nhìn chị, ngất ngây. Chị tháo kính, cười tươi,

"Xong chưa, mình đi."

Tôi nói,

"Chị nghỉ một lát cho khỏe, còn sớm mà."

Chị nói,

"Đường phố giờ này kẹt cứng, xe phải bò từng mét, không khéo tới trễ, sớm gì."

Chiều nay Bích Trâm có hẹn với vợ chồng một bạn

gái vừa về từ Mỹ, chị nóng lòng muốn gặp ngay, để biết tin tức của chồng. Buổi trưa, Bích Trâm gọi về cho bà giúp việc nghỉ sớm, khỏi làm cơm chiều và dặn tôi chuẩn bị cùng chị đi ăn với người bạn, chị nói,

"Bạn thân, có lẽ tôi sẽ uống rượu, cậu phải tỉnh để làm tài xế."

Tôi ra vẻ bất mãn,

"Nghĩa là em không được uống?"

Chị cười,

"Tùy cậu, nếu thấy tửu lượng khá, không đâm xuống cầu."

Chúng tôi ra xe. Giờ tan tầm, đại lộ thênh thang buổi trưa giờ bỗng hẹp lại, xe bốn bánh nhích từng chút đường giữa rừng xe hai bánh. Tôi thở dài,

"Chị nói đúng, điệu này bao giờ mới tới!"

Điểm hẹn là một quán thịt rừng bên dòng sông TĐ, qua khỏi xa lộ, rẽ trái, quán nhỏ nhưng đẹp, nổi tiếng có món thịt nai nướng theo kiểu người dân tộc, tẩm ướp bằng lá rừng, mùi vị rất độc đáo. Tuy kẹt xe nhưng chúng tôi vẫn đến đúng giờ. Vợ chồng người bạn đón chúng tôi trước cửa, chào hỏi thân mật. Người đàn ông nhìn Bích Trâm,

"Trông chị càng ngày càng đẹp."

Bích Trâm có vẻ vui, nhưng cũng nói,

"Thôi đi ông, già chát."

Chúng tôi ngồi bàn sát lan can, gió từ sông thổi lên mát lạnh.

Bích Trâm giới thiệu,

"Huân, em chú bác của tôi, sẽ tiếp quản công ty nay mai. Hạnh và chồng, anh Giang, từ Mỹ về."

Tôi đưa tay bắt. Chị vợ người đẫy đà, Bích Trâm bảo đã ở Mỹ khá lâu nhưng tôi nhận thấy chị "quê" như một thiếu phụ miệt vườn, anh chồng cũng vậy, ốm và luộm thuộm với chiếc áo *pull* màu khói hương cũ. Họ thật xứng đôi, tôi nghĩ.

Bích Trâm hỏi,

"Ông bà muốn dùng gì? Ở đây có món nai nướng rất đặc biệt."

Giang nói,

"Tùy bà, thổ công hẳn rành, bọn này nào biết gì."

Bích Trâm,

"Mình uống rượu đỏ nhé?"

Giang,

"Ok."

Bích Trâm quay sang tôi,

"Còn Huân, uống gì?"

Tôi nói,

"Như mọi người."

Qua trò chuyện tôi được biết, cặp vợ chồng này vượt biển hơn ba mươi năm trước, lúc ấy cả hai còn nhi đồng, học *high school* cùng trường, trở thành tình nhân khi vừa xong trung học. Sau bốn năm đại học, ra trường đi làm hơn năm, họ trở thành vợ chồng, nay đã hai con, một trai một gái.

Cặp uyên ương có vẻ hạnh phúc. Họ thường về Việt Nam, tối thiểu mỗi năm một lần. Điều may mắn là cả hai rành tiếng Việt như dân nội địa, lý do, gia đình hai bên thuộc giai cấp bình dân, qua Mỹ đi làm công nhân ngay, chẳng cần tiếng bản địa nhiều, nên tuy ở xứ người trên ba mươi năm, tiếng Mỹ cũng chỉ dưới trăm từ, đủ để gọi công ty điện nước cho thợ tới sửa ống nước bị nghẹt, vào *Seven Eleven* mua thùng *coke* sáu lon, đi chợ *Target* tậu tuýp kem chà răng hiệu *Crest* thơm mùi bạc hà, xin *Manager* cho về sớm đưa *my wife* vào *hospital*, bà ấy vừa gọi, than *stomachache* vì tối qua ăn phải chè… thiu! Trong nhà lại chỉ nói với nhau bằng ngôn ngữ mẹ đẻ, con cái nhờ thế rành tiếng Việt. Không như nhiều gia đình trẻ, chỉ giao tiếp bằng Anh ngữ, các nhi đồng vì thế bù trớt tiếng Việt, ra Bolsa nghe người ta đấu hót líu lo, mặt cứ ngẩn tò te như vịt nghe sấm!

Bích Trâm và Hạnh là bạn hồi còn tiểu học, họ duy trì quan hệ qua bao nhiêu năm. Trước, mỗi lần về Việt Nam thường ở nhà Bích Trâm, nay biết có Huân nên ở khách sạn.

Bạn bè lâu ngày gặp nhau, huyên thuyên đủ chuyện, chuyện mình, chuyện người, chuyện bằng hữu, đứa còn đứa mất, đứa chồng vợ đề huề, nhà cao cửa rộng, đứa tha phương cầu thực, bữa đói bữa no, và cuối cùng, chuyện quan trọng nhất, người đưa tin muốn nói, kẻ nóng lòng muốn nghe.

Hạnh nhìn Bích Trâm hơi lâu, mặt trở nên nghiêm trọng,

"Mày bình tĩnh xem cái này."

Bích Trâm mỉm cười,

"Gì thế?"

Hạnh lặng lẽ đưa cho Bích Trâm cái *smartphone*, nói,

"Xem đi."

Bích Trâm cầm chiếc điện thoại, hỏi,

"Xem cách nào?"

Hạnh lấy lại điện thoại, tìm và bấm nút, *clip* hiển thị. Hạnh trao cho Bích Trâm, nói,

"Đây nè."

Căn phòng rộng, chan hòa ánh sáng. Chùm bóng bay nhiều màu cột trên đầu nôi, một baby đang vung vẩy tay chân bên trong, miệng cười tươi, những sợi tóc tơ trên vầng trán phẳng. Giữa phòng, một bàn dài bày đầy thức ăn nhẹ, nước ngọt, rượu, và những gói quà của bạn bè, cảnh mừng đầy tháng bé gái đầu lòng. Cha là chồng Bích Trâm, trẻ trung trong bộ *vest* xám, cà vạt trắng hợp thời trang, mẹ là một thiếu phụ trẻ, váy ngắn, áo cổ rộng phơi khuôn ngực lớn, tóc vấn cao, khuôn mặt thon, mắt to, môi chúm chím, mũi kiểu Hàn quốc, đẹp, nhưng vẻ đẹp như được rập khuôn từ một mẫu, na ná, nhan nhãn. Khách mời chỉ trên dưới mười người. Không khí vui vẻ, ồn ào.

Bích Trâm ngẩn ngơ, hỏi Hạnh,

"Là thế nào?"

Hạnh nói,

"Là chàng đã có vợ, có con."

Bích Trâm lặng người, tê liệt.

Hạnh nói,

"Chàng biết tao sẽ về Việt Nam, cũng biết tao quay

*clip* này, sẽ đưa mày xem, chàng không cản, như một cách gián tiếp nói với mày."

Bữa ăn tàn, thức ăn còn đầy nhưng không ai động đũa. Hạnh cầm bàn tay Bích Trâm bất động trên mặt bàn, không nói. Giang và tôi cũng im lặng. Chúng tôi đều hiểu mọi lời nói vào thời điểm này đã mất tác dụng, nếu không muốn nói, như những chén dầu tạt thêm vào ngọn lửa đang phừng phừng cao ngọn. Giang gọi tính tiền rồi nói với tôi,

"Huân giúp bọn này đưa Bích Trâm về."

Chúng tôi rời quán, ra xe. Vợ chồng Giang đi xe riêng, thuê của khách sạn.

Hạnh nói,

"Huân lái cẩn thận và coi chừng Bích Trâm, có gì gọi ngay cho bọn này."

Tôi trả lời "vâng", đồng thời dìu chị vào xe. Suốt đoạn đường dài từ quán về đến thành phố Bích Trâm không nói, tôi cũng im lặng. Gần đến nhà chị bỗng lên tiếng,

"Tôi chưa muốn về, mình ghé quán nào uống vài ly nữa."

Tôi nói,

"Chị mệt rồi, về thôi."

Bích Trâm nói,

"Tôi muốn uống thêm vài ly…"

Giọng chị như sắp khóc, không đành lòng, tôi ghé vào một nhà hàng nhỏ trên đường về. Uống thêm ba ly *Martell Cordon Bleu* không pha, chị bắt đầu nói với tôi mà như độc thoại,

"Bây giờ thì tôi hiểu, tại sao bao năm rồi anh ta chưa ra trường và không bảo lãnh tôi. Vợ chồng sống với nhau bốn năm, bao nhiêu khốn khó, những ngày chạy gạo từng bữa, những lần mượn chỗ này, cầm cố chỗ kia, gom góp đủ tiền lo cho anh ta ra đi. Đêm trước ngày lên đường, tôi đã cuộn tròn trong lòng anh ta, hít thật sâu mùi đàn ông quá đỗi thân thiết, vuốt ve, hôn sâu khuôn ngực vạm vỡ, khuôn ngực không biết bao nhiêu lần tôi ép sát tai vào, lắng nghe nhịp đập của trái tim ngỡ chỉ rung động với duy nhất một mình tôi, suốt đời. Đêm ấy chúng tôi đã ân ái nhiều lần, và chưa bao giờ tôi hài mãn như thế, sự hài mãn, tôi nghĩ, khó thể nào đạt được, trước đó và có lẽ sau này. Sở dĩ tôi sống vui vẻ đến hôm nay, cậu biết không, là nhờ đêm hôm ấy, cái đêm đã ghi dấu trong tôi niềm hạnh phúc tuyệt vời. Bốn năm, nhiều lúc mỏi mệt, tưởng gục ngã, nhưng tôi vượt qua được cũng nhờ nghĩ đến đêm hôm ấy. Tình yêu chúng tôi dành cho nhau lớn biết bao, tưởng chừng không gì chia cắt được, vậy mà… . Cuộc đời thực kỳ lạ, có những đổi thay bất ngờ, không sao tưởng được…"

Bích Trâm nói nhiều về những ngày tháng cũ, chất chồng khốn khó nhưng tràn trề hạnh phúc, càng uống chị càng nói. Cạn ly thứ ba, chị gọi thêm rượu nhưng tôi gạt đi, nhất quyết không cho chị uống thêm.

Tôi đưa Bích Trâm về, dìu lên phòng, đặt chị vào giường. Suốt đêm tôi ngủ không thẳng giấc, thỉnh thoảng choàng thức chạy lên lầu xem chừng chị. Ngồi ở cái ghế sát tường, cạnh đầu giường, nhìn giấc ngủ chị không yên, thường trăn trở, ràn rụa nước mắt, tôi thương chị đứt ruột. Tôi thầm mong những ngày sắp tới chị đừng gục ngã.

tranh ANN PHONG

*

Bà Tư dọn dẹp xong, nói với tôi,

"Thức ăn trong tủ lạnh, nói bà chủ chịu khó hâm lại, đã đến giờ tôi về."

Tôi nói,

"Bà về đi, tôi sẽ nói lại."

Thỉnh thoảng, Bích Trâm vẫn về trễ, nhưng hôm nay tôi cảm thấy không yên. Tôi gọi điện thoại.

Chị trả lời,

"Tôi nghe."

Tôi hỏi,

"Hôm nay sao chị chưa về?"

Tiếng chị,

"Chị đang ngồi trong quán XH ở quận ba, muốn uống rượu không, sang đây?"

Tôi hỏi,

"Chị đang uống rượu?"

Tiếng chị,

"Cậu yên chí, chỉ uống chút, không say đâu."

Tôi nói,

"Cho em địa chỉ, em sang ngay."

Tôi gọi taxi chở đến quán XH. Chị ngồi một mình trong góc quán có cửa sổ nhìn ra khu vườn trồng cây lớn đầu lối vào. Vài bàn sắt quanh gốc, những bóng đèn treo lủng lẳng trên các nhánh cao thả xuống sân *ciment* một thứ ánh sáng vàng ủng, giọng hát của một cô ca sĩ đang là hiện tượng, khàn đục, mệt mỏi. Tôi kéo ghế ngồi đối diện chị, hỏi,

"Sao chị biết quán này?"

Chị nói,

"Một lần đối tác hẹn ở đây."

Tuy là quán nhậu nhưng khá êm đềm, khác hẳn tất cả các quán nhậu khác. Đúng hơn đây là một restaurant loại nhỏ, khách phần lớn đều quen biết, họ đến đây bàn chuyện làm ăn hoặc tổ chức sinh nhật, kỷ niệm ngày lấy nhau, ngày cùng nhau hợp tác… .

Bích Trâm nhìn tôi, mắt sũng nước,

"Cậu uống với tôi một ly nhé?"

Chị cầm chai rượu nghiêng xuống chiếc ly trước mặt tôi, rót. Màu hổ phách của rượu sóng sánh trong ly, phản chiếu ánh đèn lóng lánh. Chị đặt chai rượu về vị trí cũ, cúi đầu xuống, thầm thì với tôi, nhưng tôi hiểu tôi chỉ là cái cớ, chị có nhu cầu muốn thổ lộ, tâm sự, dàn trải nỗi lòng, thật sự chị đang nói với chính mình,

"Từ công ty ra, chị không muốn về nhà, lái xe vô định khắp mọi con đường. Tuy bình tĩnh, mạnh miệng với cậu như vậy, nhưng lòng vẫn đau, tim vẫn nhói. Bao năm tình nghĩa mặn nồng, vậy mà bỗng chốc, chỉ còn là dĩ vãng. Đau đớn lắm, làm sao mà một sớm một chiều có thể xóa quên. Tâm hồn con người chứ nào phải mặt bàn khi phủ bụi, chỉ cần vài nhát chổi là sẽ tinh tươm?"

Tôi nhìn Bích Trâm nhấp từng ngụm rượu đắng khổ sở. Chị không quen với chất cồn này. Tôi giằng ly rượu khỏi tay chị, nói,

"Chị đừng uống nữa, em đưa chị về."

Bích Trâm hỏi,

"Cậu bảo chị phải làm gì cho hết đêm nay?"

"Về, ngủ."

Chị bỗng cười thành tiếng,

"Hahaha… ngủ, dễ nhỉ!"

Tôi gọi tính tiền rồi dìu chị ra xe. Đến chậu cây kiểng đầu vườn, chị bỗng quỳ xuống, níu thành bồn, gục đầu vào, ói xối xả. Tôi để yên chị "cho ra" hết. Kinh nghiệm bao năm "chinh chiến", ói được sẽ khỏe thôi.

Đến nhà, tôi đưa chị lên phòng, đặt chị vào giường, kéo tấm chăn mỏng đắp cho chị, vặn thấp ánh sáng đèn ngủ rồi đứng hồi lâu nhìn chị, nhìn khuôn mặt rất buồn, tim tôi bồi hồi một nhịp đập khó tả, không cầm lòng được, tôi cúi hôn lên vành môi còn nực nồng mùi rượu, thầm thì, trước khi quay lưng xuống lầu,

"Ngủ ngon, chị yêu."

Mà lạ, lúc ấy, trong đầu tôi hoàn toàn không gợn một chút thèm khát vật dục.

*

Tôi không ngủ được, hình ảnh Bích Trâm đôi mắt rưng rưng, giọng thầm thì, trước mặt là ly rượu màu hổ phách lóng lánh, sau lưng là vách tường trống màu xám nhạt, trông cô đơn, tội nghiệp như con chim nhỏ dưới tán lá ướt một ngày mưa dầm khiến tôi cứ thấy lòng nao nao, không sao dứt bỏ được hình ảnh ấy. Cũng có thể tôi đa cảm quá, mọi chuyện chắc không đến nỗi tệ hại như tôi tưởng. Tuy Bích Trâm sẽ khó thể quên những gì đã xảy ra nhưng dẫu thế nào thì chị vẫn phải sống, phải thích nghi với hoàn cảnh. Nghĩa là, một cách nào đó, chị không thể tách lìa khỏi dòng đời, vẫn phải tiếp tục với nó, khóc cười, buồn vui cùng nó. Mọi chuyện rồi sẽ đâu vào đấy, điều đã trôi qua thuộc về quá khứ, một lối mới sẽ mở ra, rốt cuộc thì chẳng có gì trầm trọng. Nhiều sự việc tưởng chừng sẽ đẩy con người xuống hố sâu tuyệt vọng không thể ngoi lên, vậy mà cuối cùng vẫn có lối thoát, đó là điều kỳ diệu của tạo hóa. Tôi đã từng xem các *clip* trên mạng, tường thuật nhiều trường hợp lạ lùng, có người đàn bà quá khổ vì sinh kế, trở nên mất trí, xé quần áo, trần truồng chui vào bụi tre gai, ngồi trong ấy suốt hai mươi năm (tôi nhấn mạnh – hai mươi năm), bất kể nắng mưa, nóng lạnh, người ta thương tình ném vào khi nắm cơm, khi vài trái chuối, khi củ khoai… . Bà ta ăn, bài tiết tại chỗ, chất thải thành giòi bọ. Vậy mà, như phép lạ, bà ta vẫn sống, không ốm đau bệnh tật, không ghẻ lở nhiễm trùng. Một ngày, có chàng thanh niên quay, đưa lên mạng, kể lại sự việc, bà con ở hải ngoại cám cảnh gửi tiền về cất một ngôi nhà, lôi bà ta ra, tắm rửa, cắt tóc, thay quần áo, dần dần người đàn bà hồi tỉnh, trở về cuộc sống bình thường. Để chỉ trường hợp này tôi định dùng chữ kỳ lạ nhưng thấy không đủ trọng lượng nên thay bằng chữ kỳ diệu.

Tôi lạc đề rồi, trở lại, tôi tin Bích Trâm sẽ vượt qua.

Đêm sâu, ngoài vườn tiếng chim động cánh, trên tường tiếng tặc lưỡi của thạch sùng, thời gian như ngưng lại. Bích Trâm ngủ được không? Tôi bật dậy, lên lầu thăm dò. Trong ánh sáng nhá nhem, tôi thấy chị ngồi dựa tường, mặt hướng ra cửa sổ, bất động. Nghe tiếng chân, chị quay nhìn, hỏi,

"Khuya, sao cậu chưa ngủ?"

Tôi đến ngồi xuống chiếc ghế đối diện cuối giường, nói,

"Còn chị, cũng chưa ngủ mà."

Giọng chị mỏi mệt,

"Lúc nãy ói ra hết, giờ tỉnh như sáo, khó ngủ quá."

Tôi nói,

"Chị nằm thoải mái, nhắm mắt đếm, bắt đầu từ một, đến bao giờ ngủ thì thôi, thử xem."

Chị cười,

"Ba trò lẩm cẩm này xưa như trái đất."

Chị bỗng bặm trợn,

"Có một cách hiệu quả hơn nghìn lần, là... *self service*, mệt, ngủ ngay."

Và cười thành tiếng,

"Hahaha...lúc nào mất ngủ cậu thử xem, bảo đảm tuyệt chiêu."

Nhưng tiếng cười và ngôn ngữ bụi bặm ấy vẫn không sao xóa được nét buồn trên mặt Bích Trâm. Đôi mắt lá răm sưng mọng, gò má nhô cao, vành môi khô, vẻ mỏi mệt hằn rõ trên khuôn mặt mới buổi sáng tuy xanh nhưng vẫn còn sinh khí. Giờ tiều tụy như chiếc lá khô, tôi nghe thương chị đứt ruột.

Tôi nói,

"Chị phải giữ gìn sức khỏe."

Chị nói,

"Đừng lo, chỉ là ngủ không được, thỉnh thoảng chị vẫn thế, chuyện bình thường."

Tôi nói,

"Không xem thường được đâu, chị cứ thế này, sẽ quỵ."

Chị nói,

"Chị vẫn khỏe mà."

Và bỗng nhìn tôi thật lâu, tiếp,

"Em ngủ không được, chị cũng thế, thôi thì…"

Bích Trâm giang rộng hai tay, nói,

"Lại đây."

Tôi sững người, bất ngờ quá. Tôi lúng túng chẳng biết phải phản ứng thế nào. Chị nhắc lại,

"Lại đây."

Tôi rời ghế lại ngồi xuống mép giường, Bích Trâm lết đến gần, nói nhỏ,

"Ôm chị."

Tôi ôm, da thịt chị mát lạnh. Chị lại nói,

"Hâm nóng chị đi."

Chị cầm bàn tay tôi đặt trên một gò ngực.

Chị nói,

"Xoa…"

Tôi xoa, đồng thời đẩy chị nằm ngửa và lột chậm chiếc váy ngủ ra khỏi thân thể. Chị khỏa thân, đôi vú cao, bụng phẳng, mu tròn mướt cỏ… . Người tôi như lên cơn sốt, nóng hôi hổi. Chị cười nhỏ,

"Mạnh mẽ lên nào, làm gì như trai tân mới biết mùi con gái."

Thế là tôi hôn, ngậm nút hai trái vú, rà lưỡi xuống bụng, chị ôm đầu tôi, thở mạnh. Khi tôi đi sâu vào, chị hơi cau mặt, thầm thì,

"Nhè nhẹ, đã lâu…"

Tôi chậm, nhẹ như chị yêu cầu nhưng cơn hưng phấn dâng cao, tôi mất tự chủ, tăng tốc hối hả. Chị không ngớt hít hà,

"Nhẹ, đau…"

Tàn cuộc, chị thở dài,

"Bao năm chị gìn giữ chờ ngày đoàn tụ, cuối cùng…"

Chị bỏ lửng câu nói, ôm mặt tôi xoay về hướng chị, hôn nhẹ lên môi, nói,

"Em hưởng, thích không?"

Tôi nói,

"Em sẽ thích nếu chị cho em do tình yêu."

Chị hỏi,

"Bây giờ không thích à?"

Tôi nói,

"Em trân trọng nhưng em biết chị không yêu em, chị cho, vì buồn, vì nhận ra bao năm gìn giữ thật vô nghĩa.

Chị muốn trả thù, không phải trả thù chồng chị, mà trả thù chính mình, trả thù tháng năm một dạ thủy chung."

Chị nhìn sâu vào mắt tôi, nói,

"Thôi đi, ông cụ non, gớm."

Đêm nghiêng về sáng, một ngày mới sắp đến. Tiếng chim trên hai tán cổ thụ ríu rít ồn ào. Tôi nói,

"Sắp hết đêm."

Chị nói,

"Em xuống đi, bà Tư sắp đến. Bảo bà ấy pha cho chị tách cà phê, chị tắm xong, sẽ xuống."

Chị rời giường, đứng thẳng, tôi nhìn, nhìn tấm thân tôi vừa sở hữu, bất giác tôi quỳ xuống ôm chị, úp mặt vào hạ thể, tha thiết,

"Chị Bích Trâm, em yêu chị."

Tôi xuống lầu, qua nhà bếp, mở cửa ra sân sau. Đêm chưa lui hẳn, bóng tối còn lẩn khuất trong hàng cây thấp dọc tường rào, tôi kéo ghế ngồi chờ bà Tư đến.

Tôi nhớ trận tình vừa mới với Bích Trâm. Tôi nhớ hai trái vú săn, tôi nhớ đồi tình, dù tôi đã dùng mọi kinh nghiệm đã có nhưng chị có vẻ không mấy hào hứng. Âm thủy khô, chị đau. Tôi biết chị cho tôi không phải vì tình yêu, càng không phải do ham muốn, chị cho vì chị nhận ra bao năm nay chị gìn giữ, thủy chung, để rồi đưa đến kết quả đắng cay khiến chị ghét bỏ chính mình, thấy rõ sự hy sinh của mình bỗng biến thành trò hề. Chị cho tôi, như một hình thức trả thù bản thân, trả thù sự sắt son. Bởi là đàn ông, tôi không cưỡng lại nổi đòi hỏi của cái giống, nhưng thâm tâm không sung sướng gì khi nhận món quà bất đắc dĩ này, vì tôi hiểu ngoài thân xác, tôi chẳng nhận thêm được gì. Cái tôi cần, tôi mong cầu là trái tim chị, nhưng trái tim ấy giờ đây đã bầm dập, đã thương tích, đã thoi thóp những nhịp đập xót xa.

Có tiếng mở khóa cửa trước, bà Tư đã tới, tôi nói lớn,

"Cho tôi xin tách cà phê, một cái nữa cho bà chủ."

Bà Tư nói,

"Có ngay."

Không lâu, bà Tư mang ra hai tách cà phê, đặt xuống bàn, nói,

"Ban nãy trên đường tới đây, thấy bánh cuốn chả lụa hấp dẫn nên mua hai phần, cho bà chủ và cậu."

Tôi nói,

"Tuyệt, lát nữa bà chủ xuống, bà Tư hãy dọn."

Bà Tư "dạ" và đi vào.

Bóng tối đã tan hẳn. Gió nhẹ. Tôi nâng tách cà phê, mùi thơm dễ chịu. Bích Trâm ra, đài các trong bộ *vest* màu mỡ gà, tóc vấn cao, môi tô son nhạt, kiếng râm gọng lớn. Tôi nhìn chị trân trối. Chị cười,

"Chị đẹp, đúng không?"

Tôi nói,

"Phải, em muốn hôn."

Chị đánh trống lãng,

"Cà phê xong, Huân đưa chị đến công ty, hôm nay chị lười lái."

Tôi nói,

"Tuân lệnh."

Đến công ty, tôi quay kiếng màu lên rồi chồm qua ôm Bích Trâm.

Tôi nói,

"Cho em hôn."

Bích Trâm đẩy tôi ra.

Chị nói,

"Hỏng mất son môi của chị."

Tôi vẫn ôm chị, giọng năn nỉ,

"Chị, cho em..."

Bích Trâm nhìn tôi một lúc rồi nói nhỏ,

"Hôn đi."

Tôi sung sướng hôn, chị nhắm mắt không phản ứng, để mặc tôi cắn, nút, vờn lưỡi vào sâu khoang miệng chị, tay không quên xoa bóp cuống quít một gò vú căng. Dứt nụ hôn, chị nói,

"Chị vào công ty."

Chị mở cửa bước xuống.

Tôi nói,

"*Bye bye* chị, chừng nào về, gọi em."

Chị đi nhanh, không quay lại, nói,

"Ok, chị sẽ gọi, *bye*."

Đợi chị khuất, tôi quay đầu xe trở về. Suốt đoạn

đường, lên mấy bậc cấp vào nhà, mùi thơm của son môi vẫn đậm trong miệng, và hình ảnh chị, đôi mắt nhắm, sóng mũi thon, đôi môi mềm, khung ngực phập phồng… . Tôi còn say, dù biết chị không nhiệt tình cho tôi hôn, cốt chiều tôi, nhưng tôi vẫn sung sướng và hy vọng một ngày không xa, chị sẽ dần chấp nhận tôi, như chấp nhận một nhu cầu dinh dưỡng thiết yếu.

Nghĩ đến tấm thân chị nằm gọn trong vòng tay tôi tối qua, nghĩ đến khung ngực no căng mà tôi đã mải mê ngậm nút, nghĩ đến cửa mình chị ôm trọn của tôi vào ra tê điếng, nghĩ đến đôi môi mềm mát sáng nay… , lòng tôi xôn xao. Chị Bích Trâm, em yêu chị biết chừng nào, em trân trọng từng phân vuông da thịt chị, em mê ghiền mùi vị nước bọt chị ứa ra khi trao hôn, chất nước ri rỉ từ cửa mình chị… .

Tôi vào phòng, ngồi khá lâu trên chiếc ghế trước bàn viết, tiếp tục sống lại những giờ phút thần tiên tối qua, trước khi mở *laptop* gõ tiếp ba truyện dài dang dở. Như thường lệ, truyện đầu tiên khởi đầu một ngày làm việc là câu chuyện của cặp tình nhân trung niên với những trận gấu ó triền miên và những pha làm tình trời long đất lở sau đó. Truyện khá dài, theo số chữ đã gõ, tôi ước lượng không dưới bốn trăm trang sách, tôi định chấm dứt, nhưng nghĩ, lại phải mất công động não tìm một truyện khác, chi bằng cứ cho cặp tình nhân này tiếp tục chì chiết nhau, để tà tà cống hiến cho độc giả những màn phòng the cực kỳ hấp dẫn của họ. Truyện còn ăn khách, thay đổi làm gì cho rắc rối.

Đến đoạn chăn chiếu, tôi nghĩ đến Bích Trâm, tưởng tượng sẽ làm gì khi gần gũi chị. Tôi sung sướng gõ trên bàn phím ước mơ của mình.

*

Tôi lên các bậc cấp cao bước vào sảnh lớn, hàng chục kệ sách kê dọc, hướng ra đại lộ. Cơ man nào là sách, hàng trăm nghìn cuốn đứng ngay ngắn trên các kệ. Kỹ thuật in ấn bây giờ tân tiến, cuốn nào cũng đẹp, thiết kế mỹ thuật, trang trọng. Mỗi lần ra phố, tôi không thể không ghé vào nhà sách, có tiền thì mang về một hai cuốn, không tiền thì xem "chùa" vài trang, hay rảo quanh nhìn ngắm những đứa con tinh thần của các tác giả, cũng thú. Từ ngày gia nhập hàng ngũ nhà văn, có dịp trở thành bạn với mọi "đẳng cấp", từ lòng tong cá chốt đến cây đa cây đề cổ thụ, tôi thấy họ… cũng thường thôi, thậm chí có nhiều ngài ngửi không nổi, tài năng chỉ bằng hột cải nhưng vênh váo một tấc tới trời! Tuy vậy, thú đọc sách vẫn không đổi, nhưng là sách in trên giấy chứ không phải trên *online* lạnh lẽo vô hồn. Tôi biết mình lạc hậu, không theo kịp thời đại, đành vậy, nào dễ gì một sớm một chiều bỏ ngay được thói quen đã hình thành từ khi biết đọc chữ. Sáng nay, sau khi đưa Bích Trâm đến công ty, tôi chạy lòng vòng khắp thành phố, chợt nhớ nhà văn nữ tôi thích vừa xuất bản một tuyển tập truyện ngắn, tôi đến ngay nhà sách tìm tác phẩm vừa chường mặt với đời.

Định rời nhà sách thì có tiếng gọi tên tôi. Quay nhìn, một người bạn của tôi và Thục đứng ở đầu dãy vẫy tay. Tôi đến gần, người bạn vui vẻ mời,

"Qua bên kia uống cà phê đi, lâu quá mới gặp Huân."

Chúng tôi băng qua đường, vào quán. Nhạc nhẹ, phòng lạnh, vách ốp kính trong nhìn ra đường, chỗ ngồi lý tưởng cho loại khách thích ngắm ông đi qua bà đi lại. Phấn, tên người bạn, hỏi tôi,

"Vẫn viết truyện cho báo chứ?"

Tôi hỏi,

"Ông không đọc báo à?"

Phấn nói,

"Tôi chỉ đọc tin tức trên *online*, không bao giờ vào các trang văn nghệ văn gừng."

Tôi nói,

"Nghề của tôi, không viết lấy gì sống. Ông vẫn đi đều chứ?"

Phấn nói,

"Vẫn, cũng như ông, nghề của tôi."

Phấn làm ở bộ ngoại giao, thường xuyên tháp tùng các quan chức đi khắp nơi, khi thì các nước Á châu, lúc Âu châu, Mỹ châu, Trung Đông.

Tôi nói,

"Ông được đi nhiều, thích thật."

Phấn nói,

"Ban đầu thích, nhưng đi mãi, phát ngấy, chỉ mong được về nhà nghỉ ngơi."

Tôi nói,

"Cái này tôi hiểu, ăn mãi cao lương mỹ vị, sẽ có lúc thèm một quả cà pháo."

Phấn nói,

"Tôi vừa từ Đức về hôm qua."

Tôi nói,

"Người ta bảo nước Đức khá nhất trong số hai bảy quốc gia của cộng đồng chung châu Âu, đúng thế không?"

Phấn nói,

"Đúng vậy. À, tôi có gặp Thục ở Berlin."

Tôi ngạc nhiên, nói,

"Thục ở Ba Lan mà."

Phấn nói,

"Chuyện dài."

Phấn kể, ở Ba lan hai tuần, Thục trốn sang Đức bằng xe lửa. Ba Lan nằm trong cộng đồng chung Châu Âu nên việc đi lại dễ dàng. Đến Đức, Thục gặp một đồng hương. Tay này đã đứng tuổi, công nhân hãng sản xuất đồ hộp, có vợ hai con, nhưng đã ly dị hai năm trước, con ở với vợ trong ngôi nhà lớn ngày xưa cả gia đình trú ngụ, chia cho gã ngôi nhà nhỏ này. Gã nhận Thục làm vợ. So với Thục, gã khá già, nhưng Thục bất cần, gã chỉ là phương tiện trên đường tiến về tương lai của Thục. Phấn gặp Thục trong lúc Thục đang tìm đường sang Mỹ, Thục bảo nước Mỹ là nước của cơ hội, Thục muốn đến đó thử sức."

Tôi hỏi,

"Thục đã đi chưa?"

Phấn nói,

"Tôi không biết."

Tham vọng của người đàn bà này rất lớn, tôi đã thấy từ trước. Chưa ra ngoại quốc lần nào, song tôi nghĩ vấn đề không dễ dàng như Thục tưởng, nhất là ở xứ người, phong tục, tập quán, nếp nghĩ, ngôn ngữ… hàng trăm khác biệt, trở ngại, chẳng dễ để vượt qua. Vượt qua để làm người bình thường đã khó, huống hồ.

Nhưng đó là tham vọng của Thục, biết làm sao!

Tôi chia tay Phấn, trở lại nhà và vào ngay phòng làm việc. Sáu giờ, Bích Trâm gọi điện thoại bảo hôm nay nhiều công việc sẽ về trễ, tám giờ hãy đến đón. Tôi nói bà Tư khỏi làm cơm chiều và cho bà ta về sớm. Một mình trong căn nhà rộng, tôi nghĩ nếu không có tôi, Bích Trâm sẽ buồn biết bao nhiêu, nhất là sau hung tin vợ chồng Giang đưa. Vẫn biết Bích Trâm mạnh mẽ, cá tính bằng thép, song trước nghịch cảnh và tình trạng này, tôi nghĩ, thực khó để đứng vững. Thảo nào chị nhất định bắt tôi dọn về đây.

Tôi nhìn ra sân sau, bóng mát của ngôi nhà ngã xuống nửa miếng sân, căn lều bát giác và những khóm hồng nằm ngoài bóng tỏa, đón trọn ánh nắng xế trưa, màu đỏ bầm và trắng của những đóa hoa như rực rỡ thêm, mùi thơm thoang thoảng dễ chịu, vài chiếc lá khô từ tán cây cao ở góc sân trước bay nghiêng, đáp nhẹ xuống vuông cỏ xanh mướt. Sự tịch lặng của cảnh vật làm lòng tôi êm đềm một cảm giác bình yên. Tôi nhận thấy, càng lúc tôi càng yêu nơi này, nơi, ngoài ngoại cảnh, còn có Bích Trâm, người đàn bà đã chiếm giữ toàn phần trái tim tôi.

Bích Trâm, em yêu chị, yêu vô cùng.

Tôi muốn lặp lại lời này hàng ngàn lần, ở mọi nơi, mọi thời.

Sáu giờ ba mươi, tôi lấy xe chạy đến công ty, tôi không chờ lâu, chị ra, lên xe. Tôi nhìn chị, vẻ mỏi mệt càng làm chị trở nên quyến rũ, không đừng được, tôi quay nhanh cửa kiếng lên và trườn qua ôm chị.

Tôi rót vào tai chị,

"Yêu chị quá, em hôn"

Tôi hôn. Nụ hôn đậu trên môi, trên má, trên trán, nụ hôn xuống cổ, xuống ngực, vạch nịt vú, ngậm, nút. Chị luôn miệng,

"Đừng mà, người ta thấy."

Khi tôi dừng, chị sửa lại cổ áo, vuốt lại mái tóc, trách,

"Như quân cướp cạn, thiệt tình."

Tôi cười,

"Em còn muốn ăn nữa."

Chị lườm tôi,

"Thôi, chạy đi, chị đói muốn chết."

Chúng tôi dùng bữa tối ở một nhà hàng nhỏ nằm giữa đường về, tuy nhỏ nhưng nhà hàng sạch sẽ, thoáng mát, và đặc biệt có món cá lưỡi trâu chiên xù chấm mắm me cực ngon.

Ăn xong tôi đưa chị về, chị lục quần áo sạch đi tắm.

Tôi nói,

"Cho em tắm chung với."

Chị nói,

"Không, xuống dưới tắm đi."

Chị mở cửa *restroom* bước vào rồi đóng lại. Tôi đứng tần ngần, biết chị đã quyết, đành phải tuân thủ thôi. Tắm xong, khi trở lên tôi thấy chị nằm duỗi dài trên mặt nệm, váy ngủ ngắn phơi đôi chân thon, trắng muốt. Tôi ngồi xuống cạnh chị, đưa tay xoa nhẹ gò mu nổi cộm dưới lớp vải váy ngủ. Cảm giác nham nhám chuyền từ gò mu lên óc khiến tôi nóng ran.

Chị nói,

"Hôm nay chị mệt, xuống ngủ đi, chị thương."

Tôi bất mãn,

"Chị..."

Chị vuốt má tôi,

"Ngoan nào, nghe lời chị, mai chị cho."

Tôi nói,

"Em nhớ *baby* quá, cho em nhìn."

Chị nói,

"Chị mệt."

Tôi nói,

"Em nhìn thôi mà."

Tôi cầm váy áo, chị để yên. Tôi vén lên, chị vẫn để yên. Tôi ngây nhìn, giọng bỗng khàn đục,

"Đẹp quá, *baby* đẹp quá."

Chị hơi chuyển dịch thân thể, nhỏ giọng,

"Em..."

Tôi cúi xuống áp môi trên đồi cỏ. Giọng chị như gió thoảng,

"Đừng em, chị mệt."

Chị đẩy đầu tôi ra, nâng lên, hôn nhẹ môi tôi, lặp lại,

"Ngoan nào, mai chị cho, hôm nay chị mệt."

Tôi đành đứng dậy, kéo tấm chăn mỏng phủ kín thân thể chị, chỉ chừa khuôn mặt, tôi nhìn chị âu yếm, hôn lên môi, lên trán, lên chóp mũi, nói nhỏ, trước khi quay lưng xuống lầu,

"Ngủ ngon, chị yêu."

*

Trong căn phòng ngủ chiếm một góc lớn trên lầu ngôi biệt thự, giữa mặt nệm rộng, Bích Trâm nằm cạnh tôi, chị nói,

"Hôm nay em muốn gì chị cũng chiều."

Tôi im lặng, không cảm thấy hứng thú, trái lại, có chút gì cay đắng. Hai năm, từ lần đầu tiên, quan hệ tình dục giữa tôi và chị khá nhạt nhẽo. Thỉnh thoảng lắm, không đừng được, chị mới miễn cưỡng cho tôi gần gũi, và hầu như rất thụ động, dù đã bằng mọi cách tôi cố khơi gợi ở chị sự hứng khởi. Vô vọng. Giản dị, vì với tôi chị không có tình yêu. Tôi đủ kinh nghiệm và kiến thức để hiểu rằng, khác với đàn ông, phái nữ chỉ hưng phấn khi đối tượng là người họ yêu thương, tác động đến trái tim, thân xác họ, bằng không, hành vi ân ái chỉ miễn cưỡng, cho xong, thậm chí, trở thành bổn phận chẳng đặng đừng.

Ngược hẳn với chị, thực lạ lùng, càng ngày tôi càng yêu chị nhiều hơn.

Những lúc ôm chị trong vòng tay, tôi nhìn chị đắm đuối,

"Em yêu chị lắm, chị biết không?"

Chị nói,

"Chị biết."

Tôi hỏi,

"Chị có yêu em không?"

Chị nói,

"Chị thương em, rất thương."

Tôi nói,

"Em muốn chị yêu em, nếu không bằng em yêu chị thì cũng không như hiện tại."

Chị hỏi,

"Như hiện tại là thế nào?"

Tôi nói,

"Chị không yêu em."

Chị nói,

"Tham thế, hai năm nay em độc quyền, chưa đủ sao?"

Tôi nói,

"Chưa, em chỉ làm chủ thân xác, tâm hồn thì không!"

Quả thế, tuy hai năm không một lần chị nhắc đến người chồng cũ, cũng không một lần chị giao tiếp với ai ngoài giới hạn làm ăn. Nhìn mặt ngoài, quan hệ của chúng tôi rất đỗi lý tưởng, một cặp đôi, dù so le tuổi tác, vẫn xứng đáng là mẫu mực điển hình cho hạnh phúc lứa đôi. Chỉ có tôi mới thấm thía thứ tình yêu đơn phương, một chiều. Nhiều lúc thấy Bích Trâm ngồi lặng hàng giờ ở vườn sau, nhìn không rời đóa hồng nhẹ rung trong gió, thả hồn vào đâu đâu, khuôn mặt bần thần mệt mỏi, tôi thấy lòng xót xa, tôi thương chị đứt ruột, tuy không biết chị đang nghĩ gì, nhưng cũng đoán được đó là những điều không vui và rồi, thương chính bản thân mình nữa. Tôi biết trong suy nghĩ chị, mọi lúc, mọi nơi, hoàn toàn vắng bóng tôi. Hai năm rồi, tôi vẫn là kẻ lạ, không thể cùng chị chia sẻ niềm vui, nỗi buồn, chị gần đó, mà xa nghìn trùng.

Đêm đã xuống từ lâu, ánh trăng chênh chếch xối vào căn phòng, tắm trên thân thể Bích Trâm một màu sữa mịn. Chị quỳ gối hai bên hông tôi, cúi xuống, lặp lại câu nói đã nói,

"Em thích gì, chị chiều."

Tôi không trả lời. Chị đưa tay cầm, kê miệng rót vào tai tôi,

"Em muốn chị yêu *baby* không?"

Tôi thốt kêu,

"Chị còn hỏi…"

Chị trườn xuống. Ấm, nhột, trơn nhờn. Tôi tê điếng. Rất lâu, thấy tôi quằn quại có vẻ hết chịu nổi, chị ngồi dậy, xoay người về phía trước, đưa vào sâu và nhịp nhàng đẩy đưa, không quên cầm hai bàn tay tôi áp lên hai trái vú. Tôi bóp, xoa, xe cuống cuồng, ngóc đầu lên tôi ngậm, nút hết bên này đến bên kia, thay đổi liên tục.

Chị cười, nói,

"Từ từ, ai dành đâu, làm gì cuống lên thế."

Tôi nói,

"Ăn được em ăn ngay."

Sau hai năm, chỉ duy nhất lần này chị chủ động ân ái. Tôi có cảm giác, đây là lần đầu mà cũng là lần cuối, cũng như đoán lờ mờ, những điều Bích Trâm sẽ nói sau vài giờ nữa.

Đó là những điều tôi đã chờ đợi suốt tuần nay, khi chị báo tin ngày mai chị sẽ lên máy bay đi Australia.

Dẫu vậy, lần đầu tiên chị đã làm thân xác tôi thức dậy, thôi thì mặc kệ mọi chuyện, tôi phải tận hưởng thời khắc hiếm hoi này. Tôi bấu chặt hai bắp đùi chị, người trân cứng, tôi hổn hển,

"Em thích quá..."

Chị tăng tốc, mồ hôi lấm tấm trên trán. Tôi bỗng cảm thấy sinh lực thoát ra, từng đợt, từng đợt, tôi vùi mặt vào ngực chị, cuống quít,

"Chị ơi… chị ơi…"

Động tác chậm dần rồi chị ngã xuống nệm, thở dốc.

Chị nằm ngửa, ngước mặt nhìn trần nhà, nhìn cánh quạt trần quay quay. Khi đã lấy lại hơi thở bình thường, chị bắt đầu nói, giọng đều,

"Chúng ta không thể ăn đời ở kiếp với nhau. Chị thương em, rất thương, nhưng yêu thì không, nhiều lần chị cố biến tình thương thành tình yêu, nhưng không được. Mỗi lần ăn nằm với em, chị nhắm mắt tưởng tượng đó là hành động ân ái của một người chồng, là em, với vợ, là chị, vậy mà vẫn không có được cái rung động thiêng liêng của tình chồng nghĩa vợ. Chị trơ lì, lạnh lẽo như một tảng băng. Chị không hiểu tại sao. Tại sao chị không yêu em như một người đàn bà yêu một người đàn ông? Tại sao chị không tìm thấy những rung động xác thịt lẽ ra phải có khi em mạnh mẽ, kinh nghiệm gối chăn sung mãn như thế? Chị không biết! Chỉ biết nếu còn sống với em chị sẽ làm khổ bản thân và khổ em. Chị nhận lời sang Australia vì đó là cách giải thoát cho chúng ta. Chị đã bốn mươi, còn em mới hai mươi lăm, chẳng lẽ em chôn vùi tuổi thanh xuân của mình bên một người đàn bà nguội lạnh? Chị thương em, thương lắm, ngay từ đầu gặp em, chị đã có cảm tưởng em là ruột thịt của mình. Hẳn em còn nhớ, ngày đó chị tưởng sẽ ra đi, nên đã không đắn đo, tính giao lại công ty cho em, cũng đủ biết, tình cảm của chị sâu nặng đến mức nào, và vì thế chị không muốn em vì chị mà đánh mất tuổi trẻ, điều này, vô lý lắm."

Tôi nói,

"Nhưng em muốn sống với chị trọn đời này, em yêu chị"

Chị hôn nhẹ lên môi tôi, nói,

"Vài năm nữa chị già đi, suy nghĩ của em sẽ khác."

Tôi ôm chị, rúc vào lòng chị, tôi nói,

"Không bao giờ khác."

Chị nâng đầu tôi lên, nhìn thẳng vào mắt tôi, nói,

"Nghe chị nói nè, chị đã quyết, không lôi thôi nữa. Giờ tính chuyện tương lai, chị đã sang tên cho em một ít cổ phần, tiền lời hàng tháng hy vọng đủ cho em không lo áo cơm, dành sức sáng tác."

Tôi buồn bã,

"Em không cần, cái em cần là chị, em sẽ mất chị."

Chị lại hôn tôi,

"Rồi em sẽ quên, sẽ có vợ, mọi chuyện sẽ đâu vào đó."

Tôi rưng rưng,

"Em yêu chị, em buồn quá."

Buồn thực, như kế hoạch, sáng mai chị sẽ bay. Nhân, bạn của Bích Trâm thời trung học, hai người có yêu nhau, nhưng đó chỉ là tình kiểu học trò, hái hoa, bắt bướm, lưu bút ngày xanh. Xong đại học, Bích Trâm ra trường, đi làm, có chồng, tuy muộn vì vài lý do riêng, còn Nhân sang Australia, lấy tiến sĩ sinh học, ở lại, mở công ty kinh doanh, trở thành đại gia. Tình cờ, Nhân liên lạc được với Bích Trâm. Nhân có vợ nhưng vừa li dị, có con trai lớn đã vào đại học, sống với mẹ, hàng tháng nhận trợ cấp của Nhân. Biết được hoàn cảnh Bích Trâm, Nhân đề nghị lấy Bích Trâm, đưa sang Australia, bằng kinh nghiệm ở Việt Nam, Bích Trâm sẽ cùng Nhân mở rộng công ty.

Chị không muốn đi, ở quê nhà, công ty của chị đang trên đà thuận lợi, mang lại lợi tức rất thoải mái, nhưng chuyện riêng giữa tôi và chị đang trong ngõ cụt, chị đành chọn giải pháp ra đi. Cơ sở ở Việt Nam vẫn duy trì. Lúc đầu, Bích Trâm giao cho tôi, nhưng tôi không nhận, một người bạn ở Nam Định rủ tôi ra ngoài ấy hợp tác làm ăn. Tôi sẽ đi, không phải để cùng người bạn làm ăn, tôi chẳng tha thiết gì việc kinh doanh, đó là loại công việc tôi vốn dị ứng, chỉ là một hình thức trốn chạy. Vả lại, ngày nay với *internet*, viết bài cho báo ở đâu mà chẳng được. Đi như vậy, trước là để thay đổi môi trường sống, sau, là cách thức buộc chọn để xa lìa quá khứ.

*

Bích Trâm đã lên đường được ba ngày.

Ngôi biệt thự không bán, bà Tư vẫn được trả lương, nếu tôi còn ở đây thì bà ấy vẫn tới làm việc, lo cơm nước cho tôi và dọn dẹp. Tôi đi, biệt thự sẽ khóa cửa, vài ba ngày bà ấy đến quét bụi, tưới cây, cắt cỏ, thay ga, giặt giũ…, cốt duy trì nguyên trạng. Có thể mỗi năm một lần, vợ chồng Bích Trâm sẽ về để nghe báo cáo hoạt động của công ty, và có chỗ nghỉ ngơi, thư giãn, khỏi mất tiền khách sạn, lại thoải mái, thân thuộc.

Công ty giao lại cho một cổ đông nhiều cổ phần nhất và có năng lực điều hành. Công việc vẫn suôn sẻ như thời gian Bích Trâm còn trực tiếp quản lý.

Mọi việc trôi chảy một cách hoàn hảo.

Tôi ở thêm năm ngày rồi lấy vé bay ra Nam Định.

Người bạn, Thắng, đón tôi ở phi trường. Khí hậu lạnh, đường vắng, trời mù mịt, và gió. Chiếc *taxi* thận trọng từng mét đường, nhà cửa hai bên trôi chậm về phía sau, hàng cây trên vỉa hè sướt mướt trong mưa.

Gã tài xế nói,

"Mùa này có những cơn mưa bất chợt nhưng tầm tã thế này."

Người bạn hỏi tôi,

"Đói chưa?"

Tôi nói,

"Không đói lắm nhưng tìm quán nào ngồi, tôi muốn uống chai bia."

Người bạn hỏi gã tài xế,

"Anh biết nhà hàng nào ngon, đưa chúng tôi đến."

Gã tài xế nói,

"ĐĐ nhé?"

Người bạn nói,

"Không cần lớn thế đâu, chúng tôi cần một chỗ ngồi ấm áp và thức ăn ngon."

Gã tài xế nói,

"Vậy thì chỗ này."

"Chỗ này" của gã tài xế là một quán ăn không lớn nhưng khang trang, sạch sẽ, có máy điều hòa không khí. Quán nổi tiếng với những món ăn dân dã đậm hương vị vùng miền.

Người bạn nói,

"Tôi biết quán này, phải đấy, hợp ý tôi."

Ăn xong, gã tài xế đưa chúng tôi về nhà người bạn ở phía Nam thành phố, vùng này mới phát triển vài năm nay. Trời vẫn một màu xám xịt, mưa vẫn tầm tã.

Tôi nói,

"Trời đất, chán nhỉ."

Người bạn nói,

"Đang mùa đông, mùa hè nóng cháy da."

Người bạn sống độc thân. Hắn dự tính mở một công ty xuất cảng hải sản sang các nước láng giềng. Hắn có vốn, có đầu mối, hắn rủ tôi cộng tác vì biết tôi khá ngoại ngữ, có thể giao dịch dễ dàng với đối tác.

Tôi nói,

"Tôi chỉ làm bán thời gian thôi, ông biết, tôi sáng tác."

Người bạn nói,

"Hiểu, ông yên trí, mọi việc tôi lo, ông chỉ giao dịch, không tốn nhiều thời giờ đâu."

Tôi kéo chiếc vali to đùng vào căn phòng người bạn chỉ định. Phòng lớn, bài trí đơn giản, một chiếc giường *queen size*, một bàn viết, một ghế bọc da. Trên tường, bức tranh chụp cảnh biển, trời trong, cát trắng, con thuyền đậu yên bình cạnh bờ đá cao. Cửa sổ nhìn ra khoảng sân nhỏ trồng vài bụi hoa, đang nở rộ những đóa vàng rực. Tôi vào *restroom*, tắm, thay quần áo sạch, lên giường định ngủ. Tôi mệt.

Nhưng giấc ngủ không đến, tôi nhớ Bích Trâm, nhớ đôi mắt lá răm, nhớ sóng mũi cao, nhớ vành môi dày, nhớ hai trái vú lớn, nhớ gò tình rậm cỏ, nhớ cuộc ái ân cuối cùng, lần đầu tiên và cũng là lần duy nhất, Bích Trâm chủ động. Tôi nhớ lúc tôi hối hả ngậm, nút hai trái vú, chị cười, nói,

"Từ từ, ai dành đâu, làm gì cuống lên thế."

Tôi nói,

"Ăn được em ăn ngay."

Chị lại cười, nói,

"Ăn đi, không còn cơ hội nào đâu."

Tôi nói, giọng khàn đục,

"Chị làm em muốn khóc."

Chị ôm đầu tôi, vỗ về,

"Đừng bi lụy thế, mạnh mẽ lên nào."

Tôi không ngủ được. Chị Bích Trâm, sao em yêu chị nhiều thế. Chừng nào hình bóng chị mờ nhòa? Em nghĩ, không bao giờ. Em có thể khẳng quyết, hai năm sống bên chị là thời gian em hạnh phúc nhất, dù trong chăn gối chị không nhiệt tình, nhưng cứ nhìn tấm thân chị, được ôm chị, được hít sâu mùi hương nồng nàn toát ra từ da thịt chị, từ vùng kín mỗi đêm em gối đầu, là em cảm thấy mãn nguyện lắm rồi.

Mưa đã tạnh từ bao giờ, nhưng bầu trời vẫn xám đục, hơi lạnh từ cửa sổ ùa vào.

Tôi bật dậy lại kéo khung kính và thả màn vải xuống, căn phòng bỗng tối mờ. Tôi hy vọng với ánh sáng này tôi sẽ ngủ được.

*

Bốn tháng, tôi dần quen với vùng đất mới này. Cơ sở kinh doanh đi đúng hướng nên phát triển tốt, nhiệm vụ của tôi cũng nhẹ nhàng, nhờ thế, tôi có nhiều thì giờ đọc sách và sáng tác. Ngoài những truyện dài đăng báo phục vụ sinh kế, tôi đầu tư kỹ cho những tác phẩm nghiêm túc, dở hay chưa vội nói đến song chắc chắn sâu sắc hơn các truyện đăng nhật báo. Những ngày cuối tuần, tôi thường một mình hoặc với vài người bạn ra khỏi thành phố, đến các tỉnh lân cận, hay một danh lam thắng cảnh nào đó. Đi nhiều, mục kích nhiều, đất nước này thật đẹp, nhưng xét trên bình diện con người, ngoài một số không lớn những người có chức quyền và thị dân tiền dư của để, phần còn lại, chiếm đại đa số, tuy có khá hơn bốn mươi lăm năm trước, lúc còn chiến tranh, nhưng tựu chung vẫn cơ cực. Ngót nửa thế kỷ từ ngày hòa bình, thời gian đủ dài để dân tộc vươn vai ngửa mặt đi ra từ đống tro tàn. Nhưng chúng ta đã đi và đến đâu rồi? Câu hỏi như một tiếng thở dài.

Vài tháng đầu tôi thường xuyên liên lạc với Bích Trâm, nhìn thấy chị qua *smartphone,* nói với chị bao nhiêu thương nhớ. Nhưng dần dần, những cuộc gọi trở nên khó khăn, hoặc chị không bắt máy, hoặc nếu có bắt thì cũng "*sorry*, chị bận quá", qua quýt vài câu vô thưởng vô phạt, rồi cúp. Tôi biết chị cố tình thế, tôi đủ sáng suốt hiểu dù rất thương tôi, chị vẫn không muốn tôi kéo dài tương tư một cách vô vọng. Cuối cùng, việc phải đến đã đến. Chị đổi số *phone*. Tôi mất dấu chị. Tôi buồn nhưng xét cho cùng, cũng phải thôi.

Hôm nay cuối tuần, Thành đi chơi xa với người yêu. Tối hôm qua, tôi thức gần trắng đêm, loay hoay với chương sách cuốn tiểu thuyết đang viết dở, chỉ chợp mắt vài mươi phút lúc gần sáng, để rồi thức giấc vì tiếng lục đục chuẩn bị rời nhà của Thành. Tôi gắt,

"Ông nhẹ nhàng một tí cho người ta ngủ."

Thành cười,

"Sáng rồi, ngủ cả đêm chưa đủ à?"

Tôi nói,

"Đêm qua tôi thức trắng, chỉ vừa chợp mắt."

Thành nói,

"Vậy đâu phải tại tôi!"

Khi tiếng động cơ chiếc *scooter* của Thành đã xa, tôi quay mặt vào tường tìm lại giấc ngủ, nhưng mãi vẫn không ngủ được, tôi bực bội lầu bầu văng tục, "chết tiệt, ngủ nghê gì được nữa!" và ngồi dậy, ra khỏi giường. Trời sáng hẳn, ngoài đường sinh hoạt đã tất bật như mọi ngày, xe, người tấp nập. Thành phố nào trên khắp đất nước bây giờ cũng đông đúc như vậy. Đất chật, người nhiều, nông thôn dần thu nhỏ, các thị trấn phình ra, mọc thêm, đô thị hóa. Tôi nhớ trong cuốn sử cũ của học giả Trần Trọng Kim cho biết trước 1945, dân Việt trên toàn lãnh thổ chỉ hai lăm triệu, thế mà chỉ sau bảy mươi năm, bây giờ đã gần trăm triệu, tăng gấp bốn, không đông sao được.

Làm vệ sinh xong, tôi ra khỏi nhà, đến một quán cà phê quen. Quán đông, tôi rảo mắt tìm bàn nhưng chật kín, thất vọng, tôi định trở ra thì có tiếng gọi,

"Huân."

Tôi nhìn, cuối phòng, sát quầy tính tiền, Khắc, một bạn mới, và ba người nữa, hai trai một gái, đang chiếm giữ một bàn. Khắc vẫy tay, tôi tiến về phía họ. Khắc nói với một nữ tiếp viên,

"Cô cho tôi mượn thêm chiếc ghế đẩu."

Khi tôi đã yên vị, Khắc giới thiệu,

"Hoành, Nhàn, Ngọc Quyên, năm cuối Đại Học Mỹ Thuật Nam Định, Huân, bút hiệu…., nhà văn, trong Nam ra chưa lâu."

Chúng tôi bắt tay nhau.

Hoành nói,

"Tôi có đọc ông."

Ngọc Quyên cũng nói,

"*Me too.*"

Và nhìn thẳng vào mắt tôi, cười,

"Em có cô bạn mê văn anh hết biết. Có dịp em giới thiệu."

Nhàn hỏi,

"Nhan sắc thế nào?"

Ngọc Quyền lườm Nhàn,

"Ông này lãng xẹt, mê văn thì liên quan gì đến nhan sắc?"

Nhàn cười lớn,

"Haha, mấy cô mê văn chương thường có nhan sắc khiêm nhường."

Ngọc Quyên hỏi,

"Cái gì khiến ông kết luận thế?"

Nhàn phân tích,

"Dễ hiểu quá mà. Này nhé, con gái đẹp lo đối phó với bọn con trai tranh nhau tán tỉnh, làm quái gì còn thì giờ sách với vở. Chỉ những "em là gái trời bắt xấu", chả ai thèm ngó ngàng, rảnh quá mới trốn vào văn chương để mơ mộng vớ vẩn."

Tôi đùa,

"Ông xem thường bọn viết chữ chúng tôi quá, chỉ có giá với các cô nhan sắc Thị Nở sao?"

Nhàn tiếp tục cười,

"Có những sự thật đau lòng, song sự thật vẫn là sự thật."

tranh ANN PHONG

Buổi sáng qua đi nhanh chóng nhờ sinh hoạt tầm phào như thế. Nhìn đồng hồ, Khắc nói,

"Mười giờ rồi, mình tan hàng."

Khắc gọi tính tiền, đứng dậy. Chúng tôi cũng rời bàn.

Trước khi cho xe xuống lòng đường, Hoành nói với tất cả,

"Thứ bảy tuần sau bọn này tính đi vẽ ở…., nếu các bạn thích, mình tổ chức một buổi dã ngoại cho vui."

Mọi người hưởng ứng.

Tuần sau, chúng tôi khởi hành sau chầu cà phê. Nơi chúng tôi sẽ đến là một đia danh cách thành phố khoảng ba mươi lăm cây số. Nơi này vẫn còn giữ được nét điển hình của một vùng quê đồng bằng Bắc bộ xưa. Có cổng làng tróc lở vôi vữa; có gốc đa cổ thụ thỏng thượt rễ phụ; có ao sâu lung linh đáy nước những đóa sen khoe sắc trong nắng mai; có giếng làng lớn, bờ thành chân rêu cao ngang ngực; mỗi nhà đều có sân vườn rộng, mát, đa số mái ngói, vách gỗ, bục cửa cao.

Ngọc Quyên tóc vấn, áo *pull*, quần *jean*, giày *bata* đế thấp, không phấn son, mắt ướt, miệng rộng, ngực con gái vểnh cao, hông nở, mông tròn. Nhìn Ngọc Quyên tôi liên tưởng đến một chồi cây mơn mởn, lá xanh, cành khỏe.

Ngọc Quyên đặt giá vẽ dưới bóng mát tán đa nhìn ra ao sen, cảnh nàng định vẽ.

Tôi hỏi,

"Năm sau ra trường, Ngọc Quyên định làm gì?"

Ngọc Quyên nói,

"Việc chính, em sẽ đi dạy, việc phụ, sáng tác. Thực ra hai việc này đều chính cả. Dạy học để ổn định sinh kế, sáng tác để thực hiện ước mơ của mình."

Tôi hỏi,

"Ước mơ của em là gì?"

Ngọc Quyên phác thảo bối cảnh bằng cọ nhỏ, vừa làm việc vừa trả lời tôi,

"Một ngày nào em sẽ triển lãm, và mong được xem như một họa sĩ đã thành danh."

Tôi tiếp tục hỏi,

"Vậy thôi sao?"

Ngọc Quyên nói,

"Vậy thôi, ước mơ của em hồi chưa vào trường là được vẽ. Nay đã toại nguyện và nếu được công nhận, em mãn nguyện lắm rồi."

Tôi hỏi,

"Em mê hội họa thế à?"

Ngọc Quyên nói,

"Em nghĩ cuộc đời em nếu không gắn liền với vẽ, em chả biết phải làm gì."

Tôi nói,

"Em còn trẻ, nhiệt huyết còn đầy, năm mười năm nữa anh e suy nghĩ của em sẽ khác."

Ngọc Quyên nói,

"Làm sao đoán định được tương lai, chỉ biết hiện tại

em mê vẽ và được vẽ, chả mong gì hơn."

Ngọc Quyên bỗng chuyển đề tài, hỏi tôi về chuyện văn chương,

"Anh hẳn mê chữ nghĩa?"

Tôi nói tám năm trước tôi vào Văn khoa mang theo nhiều hoài bão, và sau bốn năm, ra trường, thực sự sống với chữ nghĩa tôi dần nhận ra, cũng thường thôi cái nghề hồi xưa tôi nghĩ nó… ghê gớm lắm, cái nghề có thể tác động đến xã hội, thay đổi được xã hội. Nói chung, tôi mang nhiều ảo tưởng, khoác cho văn chương những sứ mệnh cực kỳ cao cả, giờ thì hiểu trong thực chất nó chẳng là gì cả. Nghề văn chẳng danh giá gì hơn nghề lợp mái nhà, trồng cây ăn quả, nghề nào cũng trước, nuôi thân, sau, phục vụ xã hội.

Trưa, cả bọn trải vuông nhựa dưới gốc đa, thức ăn khô, nước đóng chai. Bữa ăn khá vui, tiếng tranh luận ồn ào, tiếng cười… ,

Ngọc Quyên bẻ đôi ổ bánh mì trao cho tôi một nửa,

"Anh ăn hộ em, nhiều quá em ăn không hết."

Tôi chọc Ngọc Quyên,

"Anh ăn nửa ổ bánh mì này cũng có nghĩa anh chia một nửa cuộc đời em."

Ngọc Quyên lúng túng,

"Anh này…"

Tôi nhìn thấy mặt Ngọc Quyên ửng đỏ. Tôi mỉm cười, tín hiệu tốt.

Buổi chiều, Hoành, Nhàn, Ngọc Quyên chạy nước

rút để hoàn tất bức tranh của họ, tôi và Khắc lang thang vào xóm. Đến giữa xóm, tôi bỗng nghe tiếng đàn *guitar* và giọng hát trầm, buồn.

Tôi nói với Khắc,

"Ai hát hay và buồn quá."

Khắc nói,

"Giọng nữ."

Tôi nói,

"Đúng vậy, giọng nữ."

Đến trước ngôi nhà phát ra tiếng hát, cửa cổng đóng, nhìn vào tôi thấy trên bậc thềm, một thiếu nữ ngồi trong xe lăn ôm đàn và hát, tiếng hát nương theo tiếng đàn trôi nổi, bềnh bồng, khi chùng thấp, khi vút cao, và buồn. Thiếu nữ còn trẻ, khoảng ngoài hai mươi, tóc dài phủ vai, mặt trái xoan, da trắng, mắt nhìn xa xăm, đôi chân mày rậm.

Tôi gọi lớn,

"Cô ơi!"

Thiếu nữ quay mặt ra cổng, nhìn thấy tôi và Khắc, nàng ngập ngừng,

"Các anh tìm ai?"

Tôi nói nhanh,

"Nghe cô đàn và hát hay quá, chúng tôi muốn xin vào nghe cô hát."

Thiếu nữ lúng túng,

"Nhà chỉ một mình tôi, xin lỗi, không tiện."

Khắc nói,

"Chúng tôi chỉ xin vào nghe."

Thiếu nữ lặp lại,

"Xin lỗi…"

Chúng tôi đứng tần ngần một lát, đành bỏ đi.

Khi chúng tôi trở lại, ba người bạn đã thu vén xong, chúng tôi trở về thành phố.

Hình ảnh người con gái ngồi xe lăn, ôm đàn *guitar*, đôi mắt tối dưới chân mày rậm, mái tóc phủ ngang vai, giọng hát quyện với tiếng đàn bềnh bồng, trầm lắng, vút cao, tưởng chỉ là ấn tượng nhất thời, thoáng qua, nhưng lạ lùng, hình ảnh ấy cứ tồn tại hoài trong đầu óc tôi, và thôi thúc tôi trở lại vùng quê đã đến. Tôi rủ Khắc, hắn lắc đầu,

"Ông khùng vừa thôi, một con nhỏ tàn tật, chả đáng năm xu."

Tôi nói,

"Vấn đề chả phải đáng hay không, chỉ là tự nhiên tôi cảm thấy thế nào."

Khắc nói,

"Ông lãng mạn và đa cảm quá."

Tôi hỏi,

"Ông có đi không?"

Khắc nói nhanh,

"Không!"

Tôi lên đường một mình.

Qua khỏi cổng làng, cây đa cạnh cổng tỏa tán rộng, rễ phụ đong đưa, bóng mát liếm đến bờ hồ sen nở rộ những đóa hoa hồng nhạt trên mặt nước im sóng. Đường làng tráng *ciment* sạch, êm. Tôi đến trước nhà cô gái, xuống xe, rung cánh cổng, tiếng động lớn. Tôi đợi không lâu, một thiếu phụ đi ra, bà ta hỏi,

"Cậu tìm ai?"

Tôi nói,

"Thưa cô, con muốn gặp cô gái ngồi xe lăn."

Thiếu phụ nhìn tôi, vẻ bất an,

"Tôi là mẹ Nhã Lan, cậu là ai?"

Tôi vội trần tình,

"Thưa, cô an tâm, hôm trước con cùng các bạn dã ngoại ở đây, tình cờ nhìn thấy cô gái ngồi xe lăn, đàn giỏi, hát hay, con muốn làm quen. Chỉ vậy thôi."

Thiếu phụ ngập ngừng một chút rồi nói,

"Cậu chờ, tôi vào hỏi ý kiến con Nhã Lan."

Tôi nói,

"Dạ, xin cô giúp cho."

Một lát thiếu phụ trở ra, mở cổng, nói,

"Mời cậu vào."

Nhã Lan trong xe lăn sau chiếc bàn thấp, nụ cười nở trên đôi môi hồng, khuôn mặt toát ra vẻ thư thái, bình yên, tôi nghiêng đầu,

"Chào em."

Nhã Lan đáp lễ,

"Chào anh."

Từ hôm đó, dần dần chúng tôi trở nên thân thiết. Tôi được biết, trước đây Nhã Lan học nhạc tại nhạc viện thành phố. Cuối năm thứ ba, trên đường từ trường về, Nhã Lan bị tai nạn giao thông, chấn thương sọ não, một sợi thần kinh bị chùng, khiến liệt hai chân, Nhã Lan buộc phải nghỉ học. Một thời gian dài, có đến gần hai năm, Nhã Lan sống trong tuyệt vọng, cô từng tìm đến cái chết bằng mấy mươi viên thuốc ngủ để dành trong hai tháng. May mắn, bà mẹ phát hiện sớm, Nhã Lan được cứu sống. Nửa năm sau, Nhã Lan theo mẹ đến chùa, nghe vị sư già giảng về nghiệp báo, thấu hiểu sâu xa luật nhân quả, Nhã Lan bớt khổ đau, chấp nhận thực tại, thích nghi sinh hoạt mới, và bắt đầu sáng tác ca khúc, những ca khúc đượm hương vị đạo, vô thường, nhân quả, giải thoát… .

Chúng tôi chuyện trò tâm đắc, Nhã Lan sâu sắc, tư duy thấu đáo. Có lẽ, sau tai nạn, sau bao nhiêu biến cố sinh tử, Nhã Lan thu mình lại, hướng nội, nhìn và thấy được cái "bản lai diện mục" của mọi vấn đề, siêu hình cũng như hữu hình.

Tôi hỏi Nhã Lan,

"Em có dự tính sẽ phổ biến sáng tác của mình không?"

Nhã Lan nói,

"Em chưa nghĩ đến chuyện này. Âm nhạc, hội họa, văn chương, theo em, là cốt tìm cách tiếp cận với những rung động siêu hình ít nhiều ảnh hưởng đến quan niệm của ta với cuộc đời, con người, thiên nhiên… bằng giai điệu, màu sắc, tư duy. Sáng tác bấy lâu nay của em, trước tiên, cho em. Khi hoàn tất một ca khúc, đàn và hát lên, em thấy lòng mình thật yên bình. Em nghĩ, trong giới hạn nào đó, em đã thấy được cái trước đây em không thấy, Điều này quan trọng lắm, quan trọng hơn vạn lần được mọi người biết đến, tụng ca."

Tôi cười,

"Em nói như một thiền sư."

Nhã Lan cũng cười, hỏi tôi,

"Thiền sư khác chúng ta thế nào hở anh?"

Tôi nói,

"Đó là những người đã hòa nhập được với thiên nhiên, họ sống, chết, hành động thuận theo vòng xoay của đất trời."

Nhã Lan nói,

"Vậy thì em không phải thiền sư, em còn nhiều vọng động lắm."

Tôi nhìn người con gái nhỏ nhắn trong lòng chiếc xe lăn có đôi mắt sâu dưới hàng chân mày rậm, tôi nói,

"Ví dụ?"

Nhã Lan ngập ngừng, nhỏ giọng, vẻ cố tình như diễu cợt,

"Ví dụ em vẫn mong thấy anh nếu một tuần anh không đến. Thiền sư đâu có quan tâm chuyện đến và đi dung tục như thế?"

Tôi cầm bàn tay Nhã Lan, bàn tay gầy, xanh, với

những ngón thuôn, dài, lòng chợt bồi hồi, tôi nói, cũng giống Nhã Lan, giọng như cố tình giễu cợt,

"Ừ nhỉ, anh cũng sẽ không bao giờ thành thiền sư, bởi lẽ, giống em, anh sẽ bất an nếu tuần nào không nhìn thấy em."

Chiều ngả xuống ngôi nhà, bóng của nó chiếm gần trọn sân trước, tôi đứng dậy, hôn nhẹ lên mái tóc mượt của Nhã Lan, nói,

"Anh về, tuần sau gặp."

*

Tôi đẩy chiếc xe lăn lên con dốc cao, từ đỉnh dốc nhìn xuống mặt biển nhạt nhòa trong bảng lảng chiều tà. Gió mạnh, tóc Nhã Lan bay bay, vướng vào mặt tôi. Như Nhã Lan, tôi cũng đang hít thở no nê mùi muối mặn phả đầy trong không khí. Nhã Lan nói,

"Em thích cái bao la của biển, em nhớ bài hát có câu, *lòng mẹ bao như biển Thái Bình.*"

Tôi nói,

"Biển lúc nào cũng đẹp, hiền hòa dưới mắt nhìn và tâm cảm của nghệ sĩ, họ cố tình quên cái hung dữ của biển."

Nhã Lan nói,

"Phải thôi, cuộc đời lắm khổ đau, nhưng nếu mãi trầm luân chốn ấy, nào khác gì đang sống trong địa ngục? Cho nên phải biết quên điều không nên nhớ, và tìm đến chỗ lấp lánh sắc màu vốn không thiếu trong cõi nhân sinh này. Em ngộ ra điều này sau lần tự tử và được cứu sống."

Qua câu nói vừa rồi, tôi hiểu nhờ đâu Nhã Lan thoải

mái như một người bình thường, nếu không muốn nói, hơn một người bình thường. *Phải biết quên điều không nên nhớ*, câu "châm ngôn" giản dị này không dễ thực hiện nếu thiếu quyết tâm và nhu nhược.

Biển bỗng biến mất, tôi thấy Nhã Lan đang ngồi ngoài hành lang quen thuộc, cây đàn guitar trong lòng, những ngón tay mềm lướt trên các phím, âm thanh vang xa, quyện với tiếng hát vút cao, ngân dài rồi rơi xuống, dần tan loãng cùng gió chiều đang vi vu trên ngọn thông đầu ngõ. Nhã Lan hỏi tôi,

"Anh thấy thế nào ca khúc này, sáng tác còn nóng hổi, em mới hoàn tất tối qua?"

Tôi nói,

"Anh nghe có tiếng sóng biển."

Nhã Lan nói,

"Em muốn đem cái bao la của biển đến với mọi người."

Tôi nói,

"Anh nghĩ đã đến lúc em đưa những ca khúc này ra công chúng."

Nhã Lan nói,

"Để xem."

Tiếng gõ cửa lôi tôi ra khỏi giấc mơ. Tôi mở mắt, tiếng gõ mạnh hơn.

Tôi hỏi lớn,

"Ai đó?"

Tiếng Ngọc Quyên,

"Em đây."

Tôi ngồi dậy vơ chiếc áo sơ mi khoác vào người.

Tôi nói,

"Cửa không khóa, vào đi."

Ngọc Quyên bước vào. Váy ngắn, áo thun cổ rộng, tay cầm bao nhựa in tên và logo nhà hàng TN. Ngọc Quyên khỏe mạnh, trẻ trung và nhanh nhẹn như một vận động viên điền kinh.

Ngọc Quyên nói,

"*Dim-sum*, anh ăn ngay kẻo nguội, mất ngon."

Tôi nói,

"Anh chưa làm vệ sinh, với lại, anh chỉ uống cà phê."

Ngọc Quyên nói,

"Em có mua luôn cà phê nè. Anh vào làm vệ sinh rồi ra dùng điểm tâm."

Tôi bước vào *restroom*, hình ảnh Nhã Lan và những ngón tay nhảy múa trên cần đàn chưa ra khỏi đầu. Tuần trước, Nhã Lan đàn và hát cho tôi nghe ca khúc mới sáng tác, ca khúc tụng ca bao la của biển. Vẫn giai điệu da diết nhưng không tuyệt vọng, cá tính của Nhã Lan lộ rõ trong sáng tác. Tôi cảm phục người con gái này, bên trong hình hài tật nguyền yếu đuối kia là một nghị lực hơn người. Tôi tự hỏi, nếu không may nhận gánh hậu quả tương tự, tôi sẽ phản ứng thế nào, được chăng, dù chỉ một phần tư? Khó quá!

Khi trở ra, tôi thấy Ngọc Quyên đã bày sẵn mọi thứ trên bàn viết, ly cà phê *to go*, những hộp *dim-sum*,

Ngọc Quyên ân cần,

"Dùng đi anh."

Tôi hỏi,

"Cà phê của em đâu?"

Ngọc Quyên cười,

"Em mua ly bự, cho em uống ké với."

Từ hôm đi dã ngoại về, Ngọc Quyên có vẻ muốn tôi thực hiện lời nói, "ăn hết nửa ổ bánh mì của em cũng có nghĩa sẽ quản lý nửa cuộc đời em." Lời nói đùa tưởng sẽ tan vào hư vô, không ngờ lại đọng trong tim, lèo lái mọi hành động của Ngọc Quyên, hướng về tôi. Vài ngày đầu tôi thích lắm, dưng không có người ân cần săn sóc, nhưng dần dần tôi cảm thấy không còn thoải mái, có cảm tưởng như mọi hành vi của mình đều bị giám sát cẩn thận, nhất là những ngày cuối tuần tôi thường đến thăm Nhã Lan, luôn bị Ngọc Quyên chất vấn,

"Bộ anh yêu cô bé đó ư?"

Tôi hỏi lại,

"Tại sao em nghĩ thế?"

Ngọc Quyên nói,

"Tuần nào anh cũng đi."

Tôi nói,

"Buồn cười chưa, anh đi thăm cô bé là yêu?"

Ngọc Quyên không phản biện được nhưng chẳng vui,

tôi cũng chả buồn đính chính. Giản dị, tôi không yêu Ngọc Quyên, lòng tôi dửng dưng với tất cả mọi người đàn bà. Bích Trâm, thiếu phụ lớn hơn tôi những mười lăm tuổi, lạ lùng thay, vẫn còn chiếm giữ toàn phần trái tim tôi, dù nửa năm rồi, tôi mất dấu chị. Đã một lần tôi nghĩ, sẽ khó quên được chị, ý nghĩ này đang hiện thực.

Nhã Lan có làm tâm hồn tôi xao động, nhưng sự xao động không khởi phát từ tình cảm gái trai, mỗi lần nghĩ đến Nhã Lan, lòng tôi chỉ dấy lên cảm giác bùi ngùi và cảm phục, từ thẳm sâu tiềm thức, tôi mong có được nghị lực như người con gái này. Được thế, hẳn đời tôi sẽ khá hơn.

*

Tôi sửa soạn lên đường thì Ngọc Quyên đến, trẻ trung, khỏe mạnh trong quần *jean* bạc màu, áo *pull* bó sát, làm tăng kích thước bộ ngực được nịt vú nâng cao, chồm về phía trước khiêu khích.

Quyên hỏi,

"Anh định đi đâu?"

Tôi nói,

"Anh đi thăm Nhã Lan."

Ngọc Quyên dựng xe dưới mái hiên, khóa cẩn thận rồi bước nhanh đến bên tôi, nói,

"Em đi với."

Tôi tỏ vẻ không vui,

"Lẽ ra em nên cho anh biết trước."

Ngọc Quyên không trả lời, thản nhiên lấy mũ bảo hộ cài bên sườn xe vừa đội vừa leo lên yên sau, như đã thỏa thuận với tôi từ trước,

"Xong rồi, mình đi."

Không thể làm gì khác hơn, tôi bực bội cài số. Chiếc xe chồm tới, Ngọc Quyên vòng hai tay ôm eo ếch tôi, cười,

"Khiếp, chạy gì như bọn quái xế."

Ngọc Quyên thừa thông minh biết tôi không vui, nhưng vẫn phớt tỉnh, huyên thuyên đủ chuyện. Suốt hành trình tôi gần như tịnh khẩu, mặc Ngọc Quyên tự biên tự diễn. Quãng đường chỉ hơn ba mươi cây số, tôi đi về đã quá quen, thuộc từng ổ gà, bụi cây, khúc quanh, cây cầu sắt sàn gỗ bắt ngang con kinh nước cạn… , với tốc độ trung bình, thì từ nhà tôi đến Nhã Lan chỉ trên dưới một tiếng rưỡi, nhưng hôm nay tôi cảm thấy xe chạy chậm và đường có vẻ xa, mãi, vẫn chưa đến.

Cuối cùng cổng nhà Nhã Lan cũng hiện ra trước mặt. Tôi gọi điện thoại khi gần đến nên bà mẹ đã mở cửa sẵn, tôi cho xe vào sân, dừng dưới gốc thông cạnh cổng. Nhã Lan ngồi trong xe lăn trên bục thềm cao. Nụ cười trên môi làm cả đôi mắt long lanh sáng. Nắng mai phủ trọn mái hiên, chiếc áo trắng của Nhã Lan hình như sáng hơn, Nhã Lan nói như reo,

"Anh chị hên lắm nghe, trưa nay mẹ làm món gỏi thịt ba rọi bóp bắp chuối, ngon nhức răng."

Tôi nói,

"Hên thật, cơm hàng cháo chợ suốt tuần, về đây được ăn ngon, nhất."

Tia nhìn của Nhã Lan hướng về Ngọc Quyên, vẻ dò hỏi.

Tôi giới thiệu,

"Ngọc Quyên, bạn anh."

Quay sang Ngọc Quyên,

"Nhã Lan, em hẳn rõ."

Nhã Lan đưa tay cho Ngọc Quyên cầm, thân mật, giọng vui,

"Anh Huân có nhắc đến chị và hai người nữa đang học Mỹ thuật, sang năm ra trường. Em thích hội họa lắm, tiếc, em không có năng khiếu vẽ."

Ngọc Quyên nói,

"Anh Huân nói Nhã Lan làm nhạc rất hay, nếu vẽ giỏi nữa thì ông trời sẽ mang tiếng bất công, trao hết tài năng cho một người."

Những lời xã giao đãi bôi không che dấu được ánh mắt quan sát của hai thiếu nữ dành cho đối tượng. Ngọc Quyên có lợi thế hơn về ngoại hình, lành lặn, tươi khỏe, sắc sảo, nhưng lại thiếu sự dịu dàng, sâu lắng của Nhã Lan. Tôi thích trò chuyện với Nhã Lan hơn, ở người con gái này tôi tìm thấy sự đồng cảm trong nhiều vấn đề. Nếu trái tim tôi Bích Trâm đừng chiếm giữ, có lẽ tôi sẽ yêu Nhã Lan.

Tôi bước lên bục thềm, Ngọc Quyên đi bên cạnh, quàng tay, cử chỉ thân mật cố tình, tôi thoáng thấy một chút bóng tối trong mắt người con gái tật nguyền.

Tôi hỏi Nhã Lan,

"Cô đâu mà anh không thấy?"

Nhã Lan nói,

"Mẹ em có lẽ ở vườn sau."

Tôi gỡ tay Ngọc Quyên, đi nhanh ra vườn sau.

Tôi nói,

"Anh đi chào cô một tiếng."

Tôi muốn thoát khỏi sự thân mật lộ liễu mà tôi biết Ngọc Quyên cố tình biểu hiện, như ngầm nói với Nhã Lan, "Huân là sở hữu của riêng tôi".

Bữa cơm trưa rất ngon. Thực ra chả có gì đặc biệt, chỉ là những món dân dã. Nhưng có lẽ tôi ăn mãi hàng quán, ngấy đến phát sợ, nên những bữa cơm ấm cúng không khí gia đình, dù mộc mạc, bình thường vẫn luôn khiến tôi cảm thấy ngon hơn.

Tôi nói với mẹ Nhã Lan,

"Bữa cơm tuyệt quá cô ơi."

Thiếu phụ còn trẻ, có lẽ chỉ trên bốn mươi, nhưng tóc đã muối tiêu, có nét hao hao Nhã Lan, hiền, cười vui,

"Ở thành phố ăn cao lương mỹ vị quen, về đây cơm rau, lạ miệng, thấy ngon."

Tôi nói,

"Ngon thực mà cô."

Thiếu phụ nói,

"Tôi không tin đâu, tuy nhiên vẫn cảm ơn cậu."

Ngọc Quyên phụ mẹ Nhã Loan dọn dẹp.

Buổi chiều, dưới mái hiên, Nhã Lan ôm đàn và hát những ca khúc đã sáng tác. Tôi nhìn khuôn mặt ngất ngất đam mê, tôi nhìn dáng ngồi thanh thoát với cây đàn trong tay, tôi nhìn mái tóc mượt nhẹ bay trong gió, tôi nhìn đôi mắt nhắm dưới hàng chân mày rậm, tôi nhìn vành môi hồng khép mở theo tiếng hát, thấy Nhã Lan không đẹp hiểu theo nghĩa hấp dẫn, mời gọi, song ở người con gái này lại toát ra vẻ đẹp của trí tuệ và tài năng khiến người đối diện không thể xem thường.

Tôi và Ngọc Quyên ra về khi chiều gần tắt nắng.

Qua cây cầu sắt sàn lót ván, bình thường tôi luôn cẩn trọng, vì biết có nhiều tấm gỗ lót sàn cầu đã nứt nẻ hoặc mối mục, gãy bể bất cứ lúc nào, tôi vẫn thường thầm trách, thời này sao còn duy trì làm gì loại cầu này, lại không bảo trì, nguy hiểm quá cho người sử dụng. Nhưng hôm nay, do mải mê tranh luận với Ngọc Quyên về những ca khúc của Nhã Lan, tôi quên cảnh giác, để bánh xe lọt vào một rãnh trống, chiếc xe ngã chúi về phía trước, tôi nhờ cầm chắc tay lái không sao, nhưng Ngọc Quyên văng bắn xuống sàn gỗ, lăn mấy vòng, suýt rơi xuống kinh nếu không có gờ cầu cản lại. Tuy nhiên, phía ngực trái va phải một mũi ván nhọn nhô lên từ sát thành cầu. Vết thương không sâu, nhưng rạch một đường dài, máu tuôn nhiều, tôi vội vàng bế Ngọc Quyên đón chiếc xe đò vừa chạy tới, bảo tài xế chở ngay đến bệnh viện, tôi theo sau.

Vết thương không nặng, chỉ tổn thương phần thịt, Ngọc Quyên được cho xuất viện lúc mười giờ đêm sau khi đã khâu ba mũi. Bác sĩ cho toa mua thuốc và dặn, phải uống trụ sinh đủ bảy ngày liên tục, không được bỏ ngày nào, và tránh làm việc nặng, vết khâu sẽ rách, cũng như thay băng hàng ngày cho đến lúc vết thương kéo da non.

Tôi dìu Ngọc Quyên vào bãi giữ xe.

Tôi hỏi,

"Về nhà anh nhé?"

Ngọc Quyên nói,

"Cho em về phòng trọ."

Tôi lại hỏi,

"Ai lo cho em?"

Ngọc Quyên lúng túng,

"Em… em…"

Gia đình gốc ở Ninh Bình, Ngọc Quyên lên Nam Định trọ học, ở một mình, chuyện thế này sẽ rất bất tiện nếu không có ai phụ giúp, cơm nước, thay băng, tắm rửa… , cùng hàng chục nhu cầu linh tinh khác.

Tôi đưa Ngọc Quyên về, bảo nàng vào *restroom* rửa mặt, lau mình nếu không tắm được cho nhẹ người rồi lên giường nằm nghỉ, còn tôi thì ra phố mua cơm mang về ăn. Từ lúc rời nhà Nhã Lan, cả hai chưa ăn uống gì, tôi đói, hẳn Ngọc Quyên cũng thế.

Mười hai giờ khuya, cơm nước, tắm táp xong, tôi trải chiếu xuống nền gạch hoa, mang gối mền xuống, chuẩn bị chỗ ngủ.

Ngọc Quyên áy náy,

"Anh ngủ dưới đất à?"

Tôi cười, trêu,

"Chẳng nhẽ trên giường? Tính anh ưa táy máy, em ok chứ?"

Ngọc Quyên đỏ mặt, nói nhỏ,

"Anh này, ăn nói..."

Tôi cười lớn,

"Hahaha..."

Lại bàn, ngồi vào ghế, tôi mở *laptop*, nói,

"Thôi ngủ đi, anh phải làm việc, mấy cái *feuilleton* chưa viết được cái nào."

Miệt mài vật lộn với ba cái truyện dài mắc dịch mãi đến ba giờ sáng mới xong, tôi vươn vai làm vài động tác thư giãn trước khi sà xuống sàn.

Tiếng Ngọc Quyên,

"Xong rồi hở anh?"

Tôi nhìn lên thấy mắt Ngọc Quyên mở thao láo, tôi ngạc nhiên, hỏi,

"Em chưa ngủ à?"

Ngọc Quyên nói,

"Em ngủ không được."

Tôi nói,

"Ráng ngủ đi, anh ngủ đây."

Tôi nhắm mắt, nhớ lại mọi chuyện đã xảy ra, linh cảm sẽ có nhiều diễn biến tiếp theo. Sẽ thế nào? Tôi không biết.

Sang đến ngày thứ hai, Ngọc Quyên nói chỗ vết thương ngứa, khó chịu quá.

Tôi nói,

"Em vào tắm rửa, rồi ra đây anh thay băng, sẽ hết

ngứa ngay."

Khi Ngọc Quyên trở lại giường, tôi nói,

"Cởi áo ra.."

Ngọc Quyên thảng thốt,

"Anh…"

Vết thương gần ngực trái, không cởi áo, cởi nịt vú, làm cách nào tẩy rửa, sát trùng, thay băng? Tôi giải thích, cố làm ra vẻ thờ ơ, nhưng lòng không thể không xao động, tôi chẳng phải thánh thần, lại chay tịnh mấy tháng nay, chỉ nghĩ đến đã rạo rực, huống hồ nhìn thấy. Nhưng sau những lời lẽ hùng hồn, mang trọng trách… y khoa, cuối cùng Ngọc Quyên đành miễn cưỡng nhắm mắt làm theo lời tôi. Nhìn hai gò vú săn cứng nhô cao, tôi chóng mặt, song cũng gắng chu toàn nhiệm vụ. Sau khi tẩy lau, sát trùng, tôi băng lại vết thương.

Ngọc Quyên hỏi nhỏ,

"Xong chưa anh?"

Tôi trả lời, cũng nhỏ,

"Xong…"

Không kìm được, tôi cúi hôn lên đỉnh một bầu vú. Ngọc Quyên thở hắt, khẽ cựa mình, thốt kêu,

"Anh…"

Tiếng kêu như lực đẩy khiến tôi trở nên mạnh bạo, mở miệng ngậm núm vú, nút, một tay xoa bóp cuống quít vú bên kia, tay còn lại bò xuống ôm trọn đồi cỏ.

Ngọc Quyên không ngớt lặp lại,

"Anh, đừng…"

Nhưng vẫn để yên cho tôi táy máy.

Khi tôi cởi được chiếc quần, Ngọc Quyên nhìn xoáy vào mắt tôi, nói nhỏ,

"Em… còn trinh."

Tôi khựng lại nhưng chỉ vài giây, lại tiếp tục. Tôi lờ mờ nhìn thấy những sự việc sẽ xảy ra trong tương lai. Mặc kệ. Tôi cần lấp đầy những khao khát rồi ra sao thì ra. Lần đầu tiên ân ái với một thiếu nữ còn trinh, tôi khá vất vả, Ngọc Quyên đẩy tôi ra và né người không cho tôi xâm nhập, đồng thời liên tục kêu đau mỗi khi tôi cố gắng đẩy vào. Nhưng cuối cùng, sau bao gian nan, tôi cũng đạt được điều muốn đạt, Ngọc Quyên rú lên một tiếng nhỏ khi tôi chui được vào hang tối,

"Anh ơi, đau quá… "

Tôi vỗ về,

"Không sao đâu em, sẽ quen thôi."

Ngọc Quyên ứa nước mắt, nói như mếu,

"Đau, nhè nhẹ thôi, em chịu hết nổi rồi… "

Tôi tiếp tục vỗ về,

"Ráng lên cưng, anh yêu cưng."

Ngọc Quyên bặm môi, cố nén đau, nhìn tôi,

"Yêu em thật nha."

Tôi nói như máy,

"Thật mà…"

Đồng thời không ngừng lên xuống. Nghe tôi, Ngọc Quyên không than đau nữa, chỉ hổn hển,

"Nhè nhẹ anh ơi."

Đến một lúc, tôi không thể kiểm soát được, tốc độ gia tăng hối hả, Ngọc Quyên rối rít,

"Anh, anh… "

Sinh lực thoát ra, tôi ôm cứng Ngọc Quyên, dễ chừng có đến nửa phút. Tôi ngã vật ra mặt nệm, thở dốc, dần lấy lại hơi thở bình thường.

Ngọc Quyên nằm nghiêng, mắt còn sũng nước, nhưng cánh tay vẫn ôm trọn người tôi, thủ thỉ,

"Em yêu anh."

Thêm một lần nữa, tôi lại dối trá,

"Anh cũng yêu em."

Ngọc Quyên mỉm cười sung sướng. Có lẽ, trong thâm tâm nàng nghĩ, từ nay tôi vĩnh viễn thuộc về nàng. Tôi thấy mình khốn nạn quá. Tôi dậy, xuống giường, quơ bộ quần áo lúc nãy cởi ra quăng thành đống cuối giường, mặc vào, nói,

"Anh đi mua cơm."

Ngọc Quyên nói,

"Chịu khó một vài hôm nữa, em khỏe, sẽ nấu, anh yêu."

Chợt nhìn thấy vết máu trên tấm ga, tôi nhủ thầm, mình đã chiếm đoạt Ngọc Quyên, mai mốt sẽ phải ăn nói thế nào nếu không lấy nàng? Tôi nhẹ thở dài, ra hiên lấy xe vào phố.

Ann  Phong - Dưới lòng biển

Lần đầu, rồi lần hai, lần ba…, Ngọc Quyên quen dần, hết đau và có cảm giác. Từ đó tôi và Ngọc Quyên ân ái liên miên, bất kể ngày đêm. Tôi thì sức trai và Ngọc Quyên thì khỏe mạnh, hừng hực, chuyện chăn gối, chúng tôi rất hợp nhau. Tôi lo xa, nên đã cẩn thận mỗi ngày không quên nuốt một viên "chữa lửa", mua ở *pharmacy* theo chỉ dẫn của tay dược sĩ chủ tiệm.

Thứ bảy, thấy tôi thay quần áo, Ngọc Quyên hỏi,

"Anh định đi đâu thế?"

Tôi nói,

"Đến thăm Nhã Lan."

Ngọc Quyên sụ mặt,

"Em không muốn anh đi."

Tôi nhìn Ngọc Quyên, hỏi,

"Sao thế?"

Ngọc Quyên dấm dẳn,

"Anh thừa biết tại sao?"

Tôi thấy vô lý quá, bao lâu rồi, tuần nào tôi cũng đến Nhã Lan, một thói quen gần như quán tính, nếu vì bận công việc khác không đi được, tôi có cảm giác như thiêu thiếu. Thời gian đầu, tôi nghĩ mình đã yêu người con gái tật nguyền này, nhưng sau đó tôi hiểu ra, Nhã Lan như một phần tâm hồn tôi. Ngày xưa, vừa xong trung học, ý định của tôi là học nhạc để trở thành nhạc sĩ, nhưng số phận đẩy đưa, tôi lại vào văn khoa rồi thành nhà văn. Tuy vậy, tôi vẫn canh cánh ước muốn làm nhạc, viết nhạc. Gặp Nhã Lan, nhìn Nhã Lan ôm đàn, hát những ca khúc do mình sáng tác, trò chuyện với Nhã Lan, tôi như thấy lại một phần đời của mình.

Tôi muốn giải thích cho Ngọc Quyên rõ, nhưng thời gian quen biết tuy không lâu, tôi cũng đủ bén nhạy để hiểu tính cách của Ngọc Quyên, nóng nảy, sốc nổi và ghen, tôi tiên đoán lời giải thích của mình sẽ không tác dụng, trái lại, rất có thể bị suy diễn lệch lạc qua hướng khác còn tệ hại hơn.

Tôi lẳng lặng ra xe, Ngọc Quyên gọi giật,

"Anh Huân."

Tôi quay đầu, lấy điểm,

"Hôm nay anh về sớm, bọn mình sẽ đi ăn nhà hàng TH, lâu quá, anh thèm cá đút lò cuốn bánh tráng. Trưa em ăn đỡ tí gì, để dành bụng chiều nay."

Tôi lên xe nhanh chóng rời nhà.

Tiếng Ngọc Quyên bám theo, gay gắt,

"Anh Huân."

Như không nghe, tôi điều khiển chiếc xe luồn lách giữa rừng xe đông nghẹt ngược xuôi trên đường. Ra khỏi thành phố, ngoại ô tuy không đông đúc nhưng cũng tấp nập, tôi tiên đoán vài năm nữa vùng này sẽ hòa nhập làm thành một quận mới của nội đô. Nhà cửa, người xe chỉ thưa dần khi đã xa thành phố trên dưới ba mươi cây số. Cây cầu sắt sàn lót ván hiện ra, tôi cho xe lên cầu. Khi qua khe trống gây tai nạn, tôi nhớ đến hình ảnh Ngọc Quyên văng bắn, lăn nhiều vòng trên sàn gỗ, tôi nhớ tiếng la thất thanh của nàng khi bị mũi nhọn mảnh ván đâm vào ngực, tôi nhớ máu tuôn thấm đỏ ngực, tôi nhớ đôi mắt kinh hoàng, mái tóc bết mồ hôi, làn da xanh tái..., và rồi tất cả dẫn đến hình ảnh vết thương gần ngực trái, đôi gò vú cao, núm tròn mời gọi đổ xuống khoang bụng phẳng, gò tình vun cao..... Có vẻ như mọi sự cố đều được sắp xếp lớp lang bởi bàn tay vô hình nào đó. Sự sắp xếp đưa tôi vào tình huống khó xử. Tôi có yêu Ngọc Quyên không, chắc chắn không nhưng tôi đã lấy đi tiết trinh của nàng. Điều này ít nhiều là một áp lực, tôi khó thể phủi tay phủ nhận trách nhiệm, song cũng không thể kéo dài tình trạng này, tôi biết mọi thứ rồi sẽ nảy sinh nhiều hệ lụy và phiền phức.

Một phiền phức nhãn tiền là tôi không thể thoải mái đi thăm Nhã Lan mỗi cuối tuần. Nhiều khả năng chiều nay tôi phải đối mặt với những chì chiết.

Tôi đoán không sai. Từ nhà Nhã Lan về đến phòng, nhìn Ngọc Quyên nằm bất động trên giường, mặt hướng lên trần nhà, mở trừng đôi mắt nhìn không chớp vào khoảng không, tôi đoán ngay tâm trạng của nàng chắc chắn không vui. Nhưng làm như không biết gì, tôi hỏi,

"Em chuẩn bị chưa, mình đi ăn."

Ngọc Quyên không trả lời. Tôi lặp lại câu hỏi đến lần thứ ba, Ngọc Quyên mới dấm dẳn,

"Em không đi."

Tôi nói,

"Anh dặn em hồi sáng rồi mà."

Ngọc Quyên vụt ngồi dậy, nhìn xoáy vào mặt tôi, gằn giọng,

"Anh coi em không bằng cái móng tay của con què kia."

Quá bất ngờ, tôi lắp bắp,

"Em, em nói gì?"

Ngọc Quyên tiếp tục chanh chua,

"Em nói dưới mắt anh, em không bằng cái móng tay con què kia."

Tôi nổi nóng,

"Em ăn nói như..."

Ngọc Quyên vênh mặt,

"Như gì? Như quân đầu đường xó chợ chứ gì?"

Tôi thật không lường được sự việc trở nên như thế này. Biết nếu không tự chế, chuyện sẽ trầm trọng hơn, tôi thở dài quay lưng đi nhanh ra ngoài, lấy xe vào trung tâm thành phố. Tôi ghé một nhà hàng nhỏ gọi chai rượu đỏ và đĩa khô mực. Tôi uống, càng uống càng buồn, sẽ thế nào đây ngày mai, ngày mốt? Rõ ràng giữa tôi và Ngọc Quyên là một hố sâu vô phương lấp đầy.

Đồng hồ chỉ mười một giờ đêm, tôi gọi tính tiền, ra về.

Đường phố đã thưa, một xe mì gõ đầu ngã tư, tiếng lóc cóc vang xa, đêm sâu. Tôi đẩy xe vào góc phòng. Trên giường, Ngọc Quyên nằm nghiêng, mặt xoay vào tường như đang ngủ.

Tôi không buồn làm vệ sinh, thay đồ, lặng lẽ trải chiếu, ngả người xuống, kéo mền lên tới cổ, nhắm mắt. Tôi biết sẽ còn trằn trọc lâu trước khi chìm vào giấc ngủ.

Đang mơ màng tôi giật mình tỉnh thức, Ngọc Quyên nằm bên cạnh, một tay quàng qua người, ôm tôi, một tay đưa xuống dưới. Thấy tôi thức giấc, Ngọc Quyên dụi đầu vào ngực, nói nhỏ,

"Em xin lỗi, tại em yêu anh quá, em ghen."

Và không đợi phản ứng của tôi, Ngọc Quyên chồm qua phủ lên người tôi, lột nhanh chiếc váy ngủ, trần truồng, lết lên cao, áp gò tình rậm rạp lên miệng tôi, nói qua hơi thở,

"*Licking my pussy*, em thèm cái lưỡi của anh, em yêu anh..."

Tôi nhớ cái *feuilleton* đang viết dở, kể chuyện một cặp tình nhân trung niên sau những màn gấu ó dữ dội là những trận tình, cũng dữ dội không kém.

Cuộc đời và tiểu thuyết, hình như không cách xa nhau lắm.

Hòa bình tái lập. Sau trận tình nóng bỏng, không chỉ một lần, mà đến những ba lần, từ nửa khuya về sáng đến hừng đông, Ngọc Quyên như người thiếu ăn nhiều ngày, nuốt quên thôi khoanh thịt nạc thơm ngon, đến lần thứ ba thì bèo nhèo như miếng thịt sắp ôi, vậy mà Ngọc Quyên vẫn còn muốn tôi cùng thêm trận nữa, tôi lắc đầu chào thua,

"Anh hết xí quách rồi."

Ngọc Quyên cười,

"Chừa chưa? Cho anh hết rí ré, lần sau biết tay em, không chết cũng đui què mẻ sứt."

Thì ra Ngọc Quyên muốn hành tội tôi, cái tội đến nhà Nhã Lan, với "ý đồ tối tăm".

Tôi không buồn phân bua, chỉ muốn ngủ, tôi thèm

ngủ dại người.

Nhưng sóng êm bể lặng không lâu, chiến tranh lại bùng nổ, lần này dữ dội, vô phương cứu vãn.

Tuần kế tiếp tôi không đến Nhã Lan, Ngọc Quyên vui. Vết thương đã lành, Ngọc Quyên trở lại trường học, đi chợ, nấu ăn, dọn dẹp nhà cửa, buổi tối không quên vầy cuộc mây mưa cùng tôi, có đêm hơn một lần, sôi nổi, hừng hực, mê đắm.

Đến tuần thứ hai, tôi đi ra đi vô bứt rứt, nhớ nôn nao tiếng đàn, giọng hát, nhớ mái tóc mượt che nghiêng nửa khuôn mặt ngất ngất say mê, nhớ năm ngón tay thuôn chạy nhanh trên phím đàn... . Nhớ quá, không chế ngự được, tôi thay đồ, ra xe.

Ngọc Quyên nhìn theo, không nói. Tôi linh cảm sẽ có chuyện chẳng lành. Mặc kệ. Lại gấu ó, chì chiết, làm mình làm mẩy, để rồi '"ăn em đi, thèm quá cái lưỡi của anh.", đâu lại vào đó. Tôi nhớ tiểu thuyết *feuilleton* đang viết dở, phải chăng đây là "thú đau thương" mà một nghệ sĩ từng đề cập trong sáng tác của mình?

Như mọi lần, tôi dựng xe dưới gốc thông cạnh cổng, Nhã Lan vẫn ngồi trong xe lăn trên bục thềm, nắng tràn ngập mái hiên, nắng tỏa sáng khuôn mặt có đôi mắt sâu dưới hàng chân mày rậm, có vành môi hồng nhả ra những âm điệu trầm buồn, cao vút, mênh mông.... , nắng rực rỡ trên chiếc áo lụa màu mỡ gà nhu nhú hai gò ngực thanh tân. Vẻ đẹp trong trắng không gợn chút dung tục, vẻ đẹp được thăng hoa làm cuộc sống trở nên đáng sống.

Nhã Lan lên tiếng,

"Tuần vừa rồi anh trốn biệt."

Tôi nói,

"Anh bận nhiều công việc."

Nhã Lan cười cảm thông,

"Nói vậy thôi chứ em hiểu mà, ai cũng đầu tắt mặt tối, mấy ai được thất nghiệp toàn phần như em."

Tôi hỏi,

"Có sáng tác mới không?"

Nhã Lan lướt nhẹ mấy ngón tay trên phím đàn, một chuỗi âm thanh vang ngân, nói,

"Chỉ khúc dạo đầu, bỗng tịt ngòi, em loay hoay mãi cả tuần rồi vẫn chưa xong."

Tôi hỏi,

"Em định viết gì?"

Nhã Lan nói,

"Tuần trước em đọc *Suối Nguồn Vi Diệu*, chợt muốn phổ thành ca khúc nội dung cuốn sách này."

Tôi nói,

"Hãy đọc chậm, biến nó thành một phần chính mình, tuy sáng tác có thể chẳng liên quan gì đến nội dung cuốn sách, thì nó sẽ vẫn như cây xanh vươn lên từ lòng đất, hoàn toàn không mang hình vóc hạt mầm, nhưng làm sao phủ nhận được sự tương quan nhân quả của hai thực thể kia?"

Nhã Lan reo lên,

"Em hiểu ý anh rồi, cảm ơn anh."

Bỗng có tiếng động mạnh làm đổ gãy, Ngọc Quyên lao thẳng chiếc xe vào cổng gỗ, tiếng động cơ rú lớn rồi dừng lại sát bậc thềm, Ngọc Quyên bước xuống, quắc mắt nhìn tôi, rít lên,

"Tôi là vợ anh hay cục đá vô tri?"

Quay sang Nhã Lan, Ngọc Quyên đay nghiến,

"Cô có biết dùng sự tàn tật của mình làm vũ khí quyến rũ lòng thương hại của đàn ông là đáng ghê tởm không?"

Tôi chết sững, Nhã Lan không khá hơn, mặt tái xanh, môi run run, mắt thất thần. Tôi gào lên,

"Ngọc Quyên, em điên à?"

Chống hai tay vào mạng sườn, Ngọc Quyên cười khẩy,

"Em điên, rồi sao?"

Tôi bước nhanh xuống bục thềm, quay lại nói với Nhã Lan,

"Xin lỗi em."

Tôi ra xe, mở máy phóng nhanh về thành phố, đầu tôi muốn nổ tung, sự cố quá bất ngờ và kinh khủng, tôi hoàn toàn không lường trước việc xảy ra này. Tôi đã nghe, đã đọc, đã biết nhiều trường hợp ghen tuông dẫn đến những thảm kịch thương tâm như tạt a xít, rạch mặt bằng lưỡi lam, đánh què tay, gãy chân, cạo đầu bôi sơn… , nhưng hầu hết đều gây ra từ những người trọng tuổi và thuộc thành phần ít chữ. Ngọc Quyên còn trẻ, lại là sinh viên mỹ thuật, đầu óc, tư tưởng hẳn phóng khoáng, hơn người bình thường, vậy mà, không ngờ, không thể nào ngờ.

Tôi tìm Thành, bảo hắn đưa đến một quán thật xa để Ngọc Quyên không tìm thấy.

Khi đã yên vị, Thành hỏi,

"Chuyện gì?"

Tôi kể lại sự cố rồi kết luận,

"Tôi xin lỗi không thể tiếp tục giúp ông. Tôi sẽ trở về Sài Gòn ngay. Tuy nhiên, tôi đề nghị Ngọc Quyên thay tôi. Cô ấy cũng khá ngoại ngữ không thua tôi. Ngọc Quyên cần chỗ trọ học cho xong học trình, chỉ một năm nữa, ông cần người giao dịch, đôi bên cùng có lợi. Phần tôi bớt áy náy đã bẻ hoa chạy làng."

Thành hỏi,

"Về trỏng ông sống thế nào?"

Tôi nói,

"Ông quên tôi là nhà văn à?"

Thành cười lớn,

"Haha, ừ nhỉ, nhà văn viết dâm đang ăn khách."

Chúng tôi uống khá nhiều, xem như bữa tiệc nhỏ chia tay.

Trước khi ra xe, tôi nói,

"Tôi sẽ ở khách sạn TT, ông về tìm cách lấy hộ tôi cái *laptop*, xong gọi điện thoại mang đến giúp tôi. Ngày mai tôi sẽ lên xe lửa xuôi Nam."

Thành hỏi,

"Còn hành lý thì sao?"

Tôi nói,

"Chả có gì, chỉ vài ba bộ quần áo, sắm loạt mới, không tốn bao nhiêu."

Thành hỏi,

"Sao không đi phi cơ cho nhanh?"

Tôi nói,

"Tôi muốn ngắm cảnh từ Bắc vào Nam bằng xe lửa, chắc ngoạn mục lắm."

Chúng tôi chia tay nhau trước quán, tôi đến khách sạn TT đặt phòng, vào *restroom* tắm rửa. Đã xế trưa, bóng nắng di động qua lại chậm trên khoảng sân ngoài cửa sổ, xuyên qua tán cây rợp bóng. Tôi nằm dài trên giường, nhắm mắt suy nghĩ mông lung. Chẳng biết bây giờ Ngọc Quyên đang ở đâu, có lẽ đã về phòng, có lẽ đã nằm co trên mặt nệm, âm thầm khóc. Nghĩ cũng tội nghiệp, Ngọc Quyên yêu tôi khá đậm, nhưng bản chất nóng nảy, sốc nổi, càng sống bên nhau sẽ càng lắm chuyện, điều này chắc chắn. Thôi thì hãy trả tự do cho nhau, Ngọc Quyên yêu mạnh mẽ, nhưng chắc rồi cũng sẽ quên nhanh. Tôi tin thế.

Còn Nhã Lan? Thư thả, tôi sẽ gọi điện thoại nói chuyện với người con gái này. Tôi đã nhìn thấy từ lâu, bên ngoài cái dáng vẻ mảnh mai yếu đuối kia là một nội lực sung mãn, tôi tin, Nhã Lan cũng sẽ vượt qua.

Tối, Thành gọi cho biết đã lấy được *laptop,* tôi cho hắn số phòng. Thành bảo sẽ đến và nói, nếu hứng làm một chầu bia nữa, tôi trả lời, sẵn sàng, sợ gì.

Tôi đến đứng sau cửa sổ nhìn ra đường, bên kia khoảng sân và hàng rào thấp là đại lộ nườm nượp xe đủ loại ngược xuôi. Như Sài Gòn và hàng trăm tỉnh thành khác trên cả nước, sự năng động vẫn là điểm nổi bật. Ngày mai, tôi sẽ từ giã nơi này, từ giã người con gái đã trao tôi tiết trinh và tình yêu sốc nổi, cũng như từ giã năm ngón tay thuôn dài chạy nhanh trên những phím đàn, niềm ước mơ của tuổi chớm bước vào đời.

Có chút bùi ngùi, nhưng, mọi chuyện sẽ trôi vào quá khứ. Cuộc sống như dòng nước, mải miết trôi, cuốn theo trong nó bao nhiêu rác rến, củi khô, kể cả những hạt mầm. Những hạt mầm này rồi sẽ vướng lại ở một bãi bờ nào đó, và cây xanh sẽ vươn lên từ đất, sẽ lớn, sẽ ra hoa, sẽ kết trái, sẽ khai sinh những vòng đời khác, sá gì cái màng thịt mỏng dính của Ngọc Quyên, sá gì năm ngón tay thuôn của Nhã Lan.

*

Suốt quãng đường dài trên một ngàn sáu trăm cây số, tôi ngủ không được bao nhiêu, dù đã mua vé giường nằm. Một phần vì lạ chỗ, phần khác phong cảnh bên ngoài đẹp và hùng vĩ quá, kể cả ban đêm. Tôi đi đúng vào mùa trăng nên cảnh vật không khác gì trong mộng, lung linh, huyền ảo. Ban ngày thì nhìn không chán mắt, hết núi đồi đến sông suối, hết biển xanh, cát trắng đến rừng bạt ngàn, hết ruộng đồng bao la đến chập chùng thảo nguyên. Xưa, mỗi lần cần đi đâu, tôi vẫn sử dụng máy bay, nhanh, nhưng chẳng thấy gì ngoài mây trắng, đơn điệu, hôm nay lần đầu đi bằng tàu hỏa, tôi thực sự thích, tha hồ để trí tưởng tượng vẽ ra bao câu chuyện kỳ thú, lãng mạn. Tôi nghĩ kho dữ liệu này, sẽ rất hữu ích cho việc viết lách của tôi trong tương lai. Gần một ngày hai đêm, tàu chạy không ngừng nghỉ, cuối cùng ga Sài Gòn đã hiện ra, tàu chậm rồi dừng hẳn, tiếng còi dài cũng đã dứt. Bước xuống sân ga, nhìn hoạt cảnh, nghe lao xao chất giọng miền Nam không bổng trầm điệu đà, không mát mẻ đãi bôi mà mộc mạc thẳng thừng, chẳng màu mè diêm dúa, lòng tôi bỗng ấm, có cảm tưởng giống con cá được thả trở lại vùng nước thân quen. Ra khỏi cổng, đi dọc theo vỉa hè, bụng đói, tôi vào một quán ăn. Quán đông. Tôi gọi cơm phần, với ba món, canh chua cá ba sa, cải đắng xào thịt bò, cá bông lau kho tộ, những món rặt nam, nói theo ngôn ngữ bản địa, ngon nhức răng! Tôi nhủ thầm, ăn xong sẽ gọi *taxi* về căn biệt thự thân quen, tôi biết bà Tư cách vài ba ngày vẫn đến dọn dẹp, chăm sóc cây cảnh, tưới nước, bón phân, cắt tỉa... Ngôi biệt thự, nơi tôi đã sống hơn hai năm, với Bích Trâm, căn phòng trên lầu, chiếc giường *king size*, chiếc ghế da áp tường, bàn trang điểm, mặt gương lớn, bức tranh sơn dầu… , tất cả đều nguyên trong trí nhớ tôi mồn một, ngay lúc này, tôi vẫn có thể mô tả chi tiết từng vật dụng, từ kích thước đến màu sắc, hình dáng… dễ dàng.

Và, nhất là Bích Trâm, người đàn bà không ngừng tồn tại trong tim tôi, trong đầu tôi bao tháng nay như một phần thân xác, không thể tách rời. Tôi nhớ dáng nằm nghiêng, một chân duỗi dài, một chân co. Khuôn mặt bình yên, mắt khép, vành môi chín, ngực phập phồng chậm và nhẹ, váy ngủ ngắn, chị không mặc đồ lót, vùng nhạy cảm ẩn hiện kích thích trí tưởng tượng. Tôi thường ngồi lâu trên chiếc ghế áp tường cuối giường nhìn mải mê, ước, nếu là họa sĩ, tôi sẽ vẽ lại dáng nằm này.

Tôi gọi tính tiền, ra lề đường gọi *taxi* về ngôi biệt thự. Cảnh cũ, không mảy may thay đổi, vẫn màu tường trắng đục, vẫn những khung cửa đánh vecni nâu bóng, vẫn cổ thụ tán rộng hai góc sân trước, vẫn những bậc cấp lát gạch màu xám nhạt dẫn vào cửa chính. Khác chăng là *garage,* tôi đề nghị Bích Trâm làm thêm sau này. Nhà để xe đứng riêng bên trái biệt thự, có cửa dẫn vào căn bếp và vườn sau. Ngày trước khi ra Nam Định, tôi đã chu đáo gọi chú thợ sửa xe quen, dặn cứ khoảng hai mươi ngày, ghé đến, nói bà Tư mở cửa vào kiểm tra xe, cho dầu nhớt và chạy một vòng. Bích Trâm nhường lại chiếc xe cho tôi, cũng là để khi nào về Việt Nam có phương tiện đi lại. Khi ra Nam Định, nghĩ sẽ vĩnh biệt nơi này, nơi đã ghi dấu hạnh phúc và khổ đau, tôi không muốn sở hữu bất cứ thứ gì gợi nhớ. Nhưng nay, lắm chuyện xảy ra buộc tôi phải trở lại, tôi linh cảm sẽ đối mặt với nhiều vấn đề. Theo chiều hướng nào, tôi không biết.

Tôi bước lên mấy bậc cấp mở khóa cửa bước vào phòng khách. Không khí lạnh lẽo, tất cả màn cửa đều được kéo kín nên ánh sáng dịu nhẹ. Tôi nhìn quanh một vòng trước khi vào phòng riêng cất ba lô rồi ra vườn sau. Những khóm hồng vẫn tươi tốt, hoa nở rộ, vuông cỏ vẫn được cắt tỉa, tưới nước, xanh mơn mởn. Tôi ngồi xuống ghế, quay nhìn chỗ dẫn vào căn bếp, nhớ lại thân thể Bích Trâm sau lớp váy ngủ xuyên suốt phản chiếu nắng mai, gần như khỏa thân, với hai trái vú no căng, gò tình thấp thoáng mum múp.

Bích Trâm, em nhớ chị, ước gì bây giờ được ôm chị, được giụi mặt vào khoảng trũng hai bầu vú, hít no nê mùi hương da thịt. Chị ơi, em vẫn ngạc nhiên thường tự hỏi tại sao em yêu chị đến thế!

Tôi ngồi và hồi tưởng lại bao nhiêu kỷ niệm buồn vui, cho đến khi bóng ngả của căn biệt thự đã phủ kín vườn sau. Tôi đứng dậy vào bếp tìm số điện thoại bà Tư trên tủ lạnh, gọi báo tin tôi đã trở lại, sáng mai nhớ đến làm việc, rồi vào *restroom* tắm rửa, thay bộ đồ sạch, ra lấy xe chạy vào trung tâm. Thành phố chuẩn bị vào đêm, đèn đường vừa bật sáng, xe cộ trên đường cũng đã mở đèn.

Tôi chạy dọc ngang vô định. Bỗng thấy thèm một ly rượu mạnh, tôi ghé vào nhà hàng TB, gọi một ly *Johnnie Walker*, đĩa ô liu. Tôi uống chậm, thưởng thức mùi thơm của rượu và lắng nghe tiếng nhạc bềnh bồng vang âm khắp căn phòng nhỏ, ánh đèn mờ tối.

Tôi nhớ đôi mắt mở trừng tóe lửa của Ngọc Quyên. Tôi nhớ khuôn mặt bàng hoàng, đôi môi run của Nhã Lan. Tôi nhớ sáu tháng ở vùng đất ấy, thời gian không dài nhưng đã xảy ra lắm chuyện. Tôi thầm hiểu, lý do tôi trở lại thành phố này bởi chuyện không hay xảy ra giữa tôi, Nhã Lan và Ngọc Quyên. Thực ra đó chỉ là mặt ngoài, là cái cớ nhằm che đậy sự thực, tôi muốn về lại ngôi biệt thự đã cho tôi hơn hai năm với bao biến cố, hạnh phúc lẫn đớn đau. Tôi thèm không gian yên bình, thanh sạch, những bình minh bên cạnh mùi thơm da thịt Bích Trâm hòa quyện cùng hương cà phê. Tôi thèm vùi mặt vào gối chăn trên chiếc giường *king size*, nơi Bích Trâm ngả lưng mỗi đêm, nơi tấm thân hôi hổi của chị đã lưu lại mùi vị khó quên.

Đêm dần khuya, bên ngoài khung kiếng lớn, sinh hoạt vẫn ồn ào, tấp nập, hình như thành phố này không bao giờ ngủ thì phải. Tôi uống hơi nhiều, nhưng còn đủ minh mẫn biết nên dừng lại, nếu không muốn gây tai nạn.

Tôi ghé vào quán dùng bữa tối rồi trở về ngôi biệt thự. Lên lầu, vào *restroom* làm vệ sinh xong, tôi chùi người lên giường, và chỉ chìm vào giấc ngủ khi đã đặt hình ảnh Bích Trâm vào chặt trong tim não.

Buổi sáng, như trước kia, Bà Tư đến đúng sáu giờ

sáng. Tôi đã dậy, ngồi ngoài vườn sau chờ rạng đông rải nắng xuống hoa lá cỏ cây còn lóng lánh sương đêm, và chờ ly cà phê của bà Tư mang ra.

Đặt tách nước màu nâu nhạt bốc khói xuống bàn, bà Tư, vẫn vui vẻ và khỏe mạnh như sáu tháng trước, nhìn tôi hơi lâu, cười, nói,

"Cậu không khác, tuy có hơi đen."

Tôi nói,

"Vâng, đen, ngày nào cũng tắm biển."

Bà Tư nói,

"Hèn chi."

Tôi đưa bà Tư một ít tiền để bà đi chợ, nấu ăn, dặn dò, bao giờ cạn bảo tôi châm. Bà Tư cầm tiền, hỏi,

"Hôm nay cậu muốn ăn gì?"

Tôi nói,

"Tùy chị, miễn hàng ngày đổi món cho khỏi ngán."

Bà Tư đi vào. Tôi uống cạn tách cà phê, vào phòng đóng cửa làm việc.

Ba giờ chiều, tôi hoàn tất bài cho *feuilleton* của ba nhật báo. Tôi rời chỗ ngồi xuống bếp, thấy bà Tư đang rán cá, con cá chim lớn hơn bàn tay đã vàng ươm một mặt, bà Tư sắp lật sang mặt kia.

Tôi nói,

"Cá này chấm mắm xoài, ngon phải biết"

Bà Tư nói,

"Bà chủ lúc trước thích mắm me hơn."

Tôi nói,

"Xoài hay me cũng được, miễn có vị chua, đỡ ngán."

Cái gì trong ngôi nhà này cũng gần xa liên hệ đến Bích Trâm, đến nỗi chiều hôm qua khi nhìn tôi cài cuộn giấy *toilet* vào vào khung sắt, bà Tư cười,

"Bà chủ thấy thế này chắc chắn sẽ cài lại."

Tôi ngạc nhiên,

"Tại sao?"

Bà Tư nói,

"Bà chủ bảo cài thế sẽ lòng thòng ra ngoài không thẩm mỹ."

Tôi lắc đầu,

"Không hiểu!"

Bà Tư nói,

"Nghĩa là lật ngược lại, để phần mở vào bên trong, sát vách, sẽ không lòng thòng phất phơ bên ngoài."

Tôi nói,

"Ra thế, hay thật, tôi không để ý."

Qua chuyện nhỏ này, tôi nhớ tính cẩn trọng và chu đáo hơn người của Bích Trâm, bà Tư không biết gì về quan hệ giữa chị với tôi, dù mối quan hệ này chẳng phải ngày một ngày hai, mà kéo dài đã những hai năm. Rất quyết liệt, chị không cho tôi ngủ chung, mỗi khi tan cuộc, chị đuổi tôi về phòng, mặc cho tôi năn nỉ gãy lưỡi.

Chị nói,

"Nhỡ em ngủ quên, bà Tư đến, biết, tai vách mạch rừng, chị không muốn."

Hoặc,

"Một mình đã quen, có ai bên cạnh, chị ngủ không được."

Có lẽ vì thế nên mãi tận bây giờ, tôi vẫn mong được ôm Bích Trâm ngủ trọn đêm.

Tôi ra vườn sau, không quên nhờ bà Tư pha hộ ly cà phê đá, tôi muốn thư giãn một hai tiếng trước khi vào tiếp tục công việc. Đây là một trường thiên tôi đầu tư khá nhiều tâm huyết, liên quan đến lịch sử Việt Nam cận đại. Bốn năm trước tôi đã viết được một phần tư cuốn sách này, nhưng đọc lại thấy chủ quan và cực đoan quá, tôi xóa bỏ. Đành rằng tác giả, tùy cảm xúc và chỗ đứng, có thể đúng, có thể sai, có thể mất lòng cá nhân hoặc phe phái này, vừa ý một hai người hay băng nhóm nọ, song tôi lại muốn cuốn sách phải thực khách quan, tác giả chỉ nên là chứng nhân, không thiên vị, không phê phán, không để cảm tính dẫn dắt. Viết được như thế quả là khó, vì vậy đã nhiều năm rồi cuốn sách vẫn nằm trong dự tính.

Đã bắt đầu vào mùa thu, khí hậu không còn oi bức, lá vàng khá nhiều trên hai tán cổ thụ. Mùa thu năm ngoái, một chiếc lá rơi vào lòng Bích Trâm buổi sáng chúng tôi ngồi uống cà phê, chị cầm chiếc lá lên, đọc khẽ,

*"Ngô đồng nhất diệp lạc*
*Thiên hạ cộng tri thu."*

Và hỏi tôi,

"Em biết cây ngô đồng?"

Tôi nói,

"Em coi trên *internet*, thấy lá ngô đồng thủy phân như chân vịt, ngoài thực tế chưa thấy bao giờ."

Bích Trâm nói,

"Chị cũng chưa thấy."

Tôi nói,

"Chúng ta bị Tàu đô hộ ngót nghìn năm, văn hóa của chúng ta ảnh hưởng nặng văn hóa Tàu, từ xã hội, tín ngưỡng, phong tục đến văn chương thi phú, hai câu thơ trên hay ho gì đâu, thế mà bao lâu rồi nó nằm trong đầu chúng ta, như một phần tư duy của mỗi người Việt Nam. Phải thoát ra thôi."

Bích Trâm cười,

"Yêu nước dữ."

Tôi nói,

"Em yêu cái gì cũng dữ."

Bích Trâm chưa tắt nụ cười,

"Muốn nói gì đây?"

Tôi nhìn chị, đôi môi son nhạt bóng, ngấn cổ dài đổ xuống vùng ngực trắng mịn, hai đỉnh nhọn sau lớp vải lụa óng mượt, chị đẹp và ngon như trái vú sữa chín cây.

Tôi nói,

"Em muốn cắn chị quá."

Và làm động tác như sắp chồm qua. Chị quay lui nhìn vào bếp, rồi lườm tôi,

"Đừng ẩu, bà Tư thấy, chết với chị."

Bích Trâm nâng tách cà phê uống cạn, đứng dậy,

"Đưa chị đến công ty."

Tôi theo chị ra xe, ý muốn được cắn chị vẫn luẩn quẩn trong đầu. Đến nơi, tôi năn nỉ,

"Cho em hôn."

Chị phân vân vài giây rồi nói nhỏ,

"Quay kính lên đi."

Tôi lắc mạnh đầu, sao Bích Trâm bám mãi theo tôi thế này?

*

Gần cuối năm rồi mà trường thiên chỉ thêm được vài mươi trang, xem vậy mà khó thật. Tôi viết dễ dàng mọi loại, ngồi xuống là ra chữ, dài ngắn theo yêu cầu của chủ bút các tờ báo. Nhưng đụng đến cuốn trường thiên là tôi lại vất vả, viết rồi xóa, xóa rồi viết, chưa kể phải đọc cả núi tài liệu, sách vở từ nội địa đến hải ngoại, từ Việt ngữ đến Tây, Mỹ, Úc, Đại Hàn…, các đồng minh của Mỹ hồi còn chiến tranh. Tài liệu ngoại quốc tương đối khách quan hơn nhưng xem ra, vẫn cứ thế nào. Nhiều lúc bực quá, tôi lầm bầm văng tục, lái xe vào trung tâm làm vài ly rượu và nhớ Bích Trâm!

Nhớ Bích Trâm thành "công việc" chính trong ngày. Bất cứ lúc nào "thất nghiệp", hình ảnh chị cũng lại trở về trong tôi. Có những chuyện lúc còn sống chung không đáng để quan tâm, thế mà bây giờ nhớ đến, lòng dạ không khỏi nao nao. Chẳng hạn có một bữa, tôi và chị đứng trước một bụi hồng có vài nụ sắp nở lớn, chúng tôi đang vui vẻ thảo luận về màu sắc các loại hồng do người ta lai tạp, có những bông đen, xanh lục… , thì bỗng chị ôm chầm lấy tôi, hớt hải,

"Con sâu!"

Tôi nhìn theo ánh mắt chị, một con sâu xanh đang bò trên cành nhỏ. Vòng tay chị quấn quanh hông tôi, hai trái vú lớn ép vào ngực tôi, mềm mát, mùi thơm từ chị toát ra đầy khứu giác. Tôi cũng ôm chị, siết chặt. Cảm giác ngây ngất say. Nhìn con sâu bò chậm, khuất sau một chiếc lá, tôi thầm cảm ơn sinh linh tí tẹo kia vô tình đã tạo ra "kỳ tích."

Nhớ Bích Trâm, những ngày cuối năm này, nhớ lại càng nhớ. Tôi đoán, nhiều khả năng, chị sẽ trở về. Thông thường, công ty họp tổng kết, báo cáo tình hình hoạt động, lời lỗ với cổ đông vào thời điểm này. Lẽ ra tôi sẽ biết trước chuyện chị về nếu chị không đổi số phone. Hỏi bà Tư cũng không có. Bích Trâm nói với bà, cần liên hệ, chị sẽ chủ động gọi, bà không cần giữ số điện thoại của chị làm gì. Tôi hiểu, chị muốn bít mọi lối để tôi hết đường dò tìm.

Chiều những ngày cận Tết, đường phố thưa người, rộng hẳn, xe cộ chạy thoải mái. Bình thường, sẽ rất vất vả mỗi lần phải qua đoạn đường này, nhất là vào giờ cao điểm, có khi cả giờ đồng hồ cũng chưa nhích được năm trăm mét. Tôi ghé vào nơi được mệnh danh là đường hoa, mới sáng nay và nhiều ngày trước còn sáng rỡ ánh đèn, hàng nghìn dáng hoa khoe sắc, đủ kiểu, đủ loại, và người, chen chúc, già trẻ lớn bé, quần là áo lượt, mua, bán, trả giá, cười đùa, tán tỉnh, hò hẹn, trao đổi số *phone*, địa chỉ, chụp hình…, thế mà bây giờ, chẳng khác gì bãi chiến trường vừa im tiếng súng, rác, chậu bể, cành gãy, hoa rụng vung vãi khắp nơi. Nhân viên vệ sinh đang cắm cúi dọn dẹp.

Tôi chạy lòng vòng, không muốn trở về ngôi biệt thự lạnh lẽo sớm. Đêm bắt đầu xuống, tôi lại ghé quán rượu, uống vài ly, nghe nhạc, hồi tưởng mọi chuyện, mọi người, Bích Trâm, Ngọc Quyên, Nhã Lan, Thành, Khắc, Hoành…; và những ngón tay thuôn chạy nhanh trên bàn phím; và tiếng hát trầm lắng, vút cao; và mái tóc mượt che nửa khuôn mặt có đôi mắt sâu dưới hàng chân mày rậm; và cây cầu sắt sàn gỗ; và vết thương trên ngực trái, và gò tình trinh nữ, và vết máu trên ga giường…, chỉ hơn nửa năm mà biết bao sự cố. Không biết những tháng ngày sắp tới sẽ thế nào? Cuộc sống sao mà buồn!

Đằng nào cũng phải về, tôi lại quầy trả tiền. Cô thâu ngân trẻ, khuôn mặt tròn, ngực bự, mắt ướt, vòng mi xanh đậm, môi đỏ chót. Cầm những tờ bạc trả lại, tôi… thả dê,

"Em đẹp lắm."

Cô thâu ngân ỡm ờ,

"Đủ cho anh mê chưa?"

Tôi nói,

"Dư, anh mê em."

Cô thâu ngân thẳng thừng,

"Ok, mười hai giờ quán đóng cửa, anh đến đón em."

Tôi khá rành các em này, thâu ngân, chạy bàn…, chỉ mặt nổi, nghề chính của các em là nằm ngửa, quan hệ với các em phải luôn cảnh giác, áo mưa bao bọc cẩn thận, kẻo không, nhẹ, bể ống khói, nặng, *sida*, tàn đời trong ngõ hẹp.

Tôi đưa tay vuốt má em thâu ngân, hẹn lèo,

"Mười hai giờ anh trở lại."

Em thâu ngân nháy mắt rất… đượi,

"Dạ, em chờ."

Tôi hình dung hoạt cảnh sau mười hai giờ khuya, trên lề đường trước quán, em thâu ngân đứng lớ ngớ, chờ "con nhạn" là tôi đến nộp mạng! Tôi vui, song cũng cảm thấy đôi chút trắc ẩn.

Về đến nhà tôi ngạc nhiên thấy phòng khách sáng đèn, tôi cho xe vào *garage*, lên mấy bậc cấp, mở cửa.

Cửa không khóa, tôi bước vào phòng khách. Trên *sofa*, Bích Trâm ngồi cạnh một trung niên to con, bụng bự, mặt chữ điền, tóc ngắn, tôi đoán, có lẽ là chồng chị.

Đẹp hơn, trẻ hơn, ra dáng mệnh phụ, Bích Trâm trông hấp dẫn và cuốn hút. Chị nhìn tôi, cười, hỏi,

"Em cũng về ăn Tết à?"

Tôi nói,

"Công ty phá sản, em về luôn."

Chị lại hỏi,

"Thật không"

Tôi nói,

"Thật."

Chị nói,

"Vậy cũng tốt, về làm công ty nhà."

Quay sang trung niên, Bích Trâm giới thiệu,

"Huân, em chú bác với em."

Rồi quay sang tôi,

"Anh Nhân, chồng chị."

Trung niên bắt tay tôi, chỉ cười, kiệm lời.

Bích Trâm nói, xuống phi cơ xế chiều, hai vợ chồng đi ăn, vừa về đến nhà chưa lâu thì đến tôi. Chị cũng cho biết sẽ dự đại hội cổ đông tổ chức ngày mùng mười năm mới.

Trò chuyện một lúc, vợ chồng chị lên lầu. Tôi về phòng, nằm vật ra giường, vài ly rượu đã uống hình như không còn lưu lại chút gì trong người, tôi biết mình sẽ mất ngủ đêm nay.

Trời chưa sáng hẳn tôi đã dậy, làm vệ sinh, ra vườn sau đợi bà Tư đến pha cà phê, Bích Trâm cũng đã dậy, ra ngồi đối diện, chị nhìn tôi hơi lâu, như bà Tư, chị nhận xét,

"Em hơi đen."

Tôi nói,

"Còn chị, đẹp hơn, trẻ hơn."

Chị có vẻ vui,

"Thôi đi ông tướng, giỏi nịnh."

Tôi nói,

"Thật mà, hấp dẫn nữa, nhìn chị, em chịu không nổi."

Bích Trâm đánh trống lảng,

"Về lại đây, em tính thế nào?"

Tôi nói,

"Em vẫn cộng tác với các báo."

Chị nói,

"Chị muốn em có một công việc nhiều lợi nhuận hơn. Vào công ty làm đi."

Tôi nói,

"Không hợp "tạng" em. Viết lách tuy nghèo nhưng em thích và cũng đủ nuôi thân, như thế em thấy ok rồi."

Bích Trâm thở dài,

"Chị không muốn thấy em mãi thế này, rồi sẽ phải vợ con."

Tôi nói,

"Chị lo xa quá, em không lấy vợ đâu."

Chị tỏ vẻ ngạc nhiên,

"Tại sao?"

Tôi nhìn sâu vào mắt chị,

"Tại em yêu chị, không sống được với chị, em sẽ không sống nữa với ai."

Chị cầm tay tôi, bóp mạnh,

"Em, đừng thế."

Tôi nhìn khuôn ngực chị căng tròn sau lớp áo, thèm vô cùng được vùi mặt vào, gặm nút bầu vú sưng mọng hai núm nâu nhạt, tôi gọi nhỏ,

"Chị…"

Dường như qua ánh mắt tôi, chị đoán biết ý muốn của

tôi, chị lại thở dài,

"Em cứ thế, chẳng trách nào chị phải cắt đứt liên lạc với em, dù lòng chị không muốn."

Bà Tư vừa đến, thấy Bích Trâm, bà reo vui,

"Bà chủ mới về."

Anh Nhân cũng đã dậy, ra ngồi cạnh vợ, Bích Trâm giới thiệu,

"Chồng tôi, bà Tư, quản gia biệt thự này."

Bà Tư hỏi Nhân,

"Ông chủ uống cà phê nhé?"

Nhân trả lời,

"Vâng, cho tôi cà phê sữa, nhiều sữa."

Và nhìn quanh, dừng mắt trước khóm hồng còn ướt sương nở rộ những đóa hoa lớn, Nhân tiếp,

"Khoảnh vườn này hay quá, mát mẻ và yên tĩnh."

Bích Trâm nói,

"Vì thế em không bán, giao cho bà Tư và Huân quản lý, mỗi năm về dự đại hội cổ đông, có nơi ăn ở, tốt hơn nhiều so với khách sạn."

Nhân gục gặc,

"Em làm đúng."

Buổi họp mặt chấm dứt khi nắng lên cao. Vợ chồng Nhân ra phố, bà Tư đi chợ, tôi vào phòng làm việc. Ngồi hàng giờ trước màn hình *laptop*, tôi chưa gõ được chữ nào, hình ảnh Bích Trâm vẫn hiển hiện trong đầu.

*

Những ngày Tết ai cũng bận rộn, bà Tư xin nghỉ bốn hôm ăn Tết với gia đình. Vợ chồng Bích Trâm sang ở với cha mẹ Nhân, vì là con trưởng, Nhân phải đảm nhận trọng trách cúng kiếng, tiếp đãi họ hàng, khách khứa xa gần. Tôi về quê thăm nhà. Ba tôi đã ngoài bảy mươi, sính đồ cổ, ông là thành viên của một câu lạc bộ sưu tầm, trao đổi đồ cổ, phần lớn thời giờ của ông dành cho những lọ hoa, chén kiểu, bát sành, bình vôi, cơi đựng trầu... từ thời nảo thời nào. Chúng xấu xí, thô kệch trông phát chán, thế mà ba tôi suốt ngày săm soi, nâng như nâng trứng, hứng như hứng hoa. Các anh chị tôi đã có gia đình, ra riêng, đa số ở xa, có người mãi tận miền Trung, vài ba năm mới về một lần. Mẹ tôi một tay quán xuyến gia đình, đảm đang, vén khéo nhưng khó… dàn trời, gặp mặt là càm ràm, hạch hỏi. Tôi thương nhưng ngán đối mặt với bà.

Mẹ thường,

"Này, thế bao giờ mày thôi lông bông?"

Tôi hỏi,

"Con lông bông?"

Mẹ nói,

"Không lông bông sao chưa chịu lấy vợ?"

Tôi nói,

"Lấy vợ đâu phải lấy cái tăm xỉa răng, muốn lấy là lấy."

Mẹ hỏi,

"Mày có muốn hay không, đừng lôi thôi?"

Tôi cười,

"Muốn, nhưng ở đâu?"

Mẹ nói,

"Thiếu giống gì, lấy rổ xúc không hết."

Tôi trêu mẹ,

"Nghe mà ham, chắc phải lấy một lúc vài con dợ quá"

Mẹ gắt,

"Không phải chuyện đùa."

Hết chuyện vợ con đến chuyện nghề nghiệp,

"Tao vẫn không hiểu tại sao mày lại mê ba cái chuyện tào lao."

Tôi hỏi,

"Là chuyện gì mẹ?"

Mẹ nói,

"Thì viết lách của mày."

Tôi giãy nảy,

"Trời, văn chương mà mẹ bảo chuyện tào lao."

Mẹ trề môi,

"Báu lắm đấy, báo có đăng truyện của mày, tao thấy mấy bà bán rau ngoài chợ đem gói hành."

Tôi than,

"Thiệt tình, mẹ làm con oải quá."

Tôi chép miệng,

"Ông Nguyễn Tuân mà sống lại, sẽ kiện mẹ ra tòa vì

tội xem thường chữ nghĩa,"

Mẹ tỉnh queo, hỏi,

"Thằng cha Nguyễn Tuân, Nguyễn Tuấn là ai?"

Tôi đưa hai tay lên trời,

"Ngôi sao bắc đẩu của văn học Việt Nam đấy mẹ ạ."

Mẹ trề môi,

"Bắc đẩu dớt Nam tào, dăn dớt chương, phát nực!"

Rồi kết luận,

"Đổi nghề đi, có ăn có học như mày, chẳng lẽ không tìm ra cái nghề nào khá hơn à?"

Tôi tìm cách "chạy làng", qua nhà hàng xóm chúc Tết vợ chồng ông chủ tiệm hủ tiếu. Cặp này nhếch nhác trông phát ớn nhưng lại có cô con gái nhan sắc "hoa nhường nguyệt thẹn". Hồi còn trung học, tôi chết mê, sáng nào cũng vòi tiền mẹ sang ăn hủ tiếu, ăn ớn đến óc, đêm nằm mộng thấy bị trói bằng cọng hủ tíu, muốn tắt thở, vậy mà chẳng hiểu sao vẫn tiếp tục ăn, chắc là để có dịp tán tỉnh người đẹp vài câu khi nàng yểu điệu bê tô hủ tíu đến. Sau này, nàng đi lấy chồng, chồng là một anh trung úy công an râu quai nón trông rất ngầu, cỡ tôi, anh ta chỉ ho cái là tôi đã chạy mất dép. Bấy giờ tôi vừa vào đại học, nghe tin, buồn chút đỉnh. Chút đỉnh thôi, bởi tốn bộn bề tiền hủ tíu mà vẫn chưa sờ được sợi lông chân của nàng, nên chẳng có tí kỷ niệm nào thơm… lông, để nhớ mà buồn nhiều. Chợt nhớ tiểu thuyết "Để Tưởng Nhớ Mùi Hương" của nhà văn Mai Thảo, tôi đọc đã lâu, quên phứt, không nhớ cái mùi hương của nhà văn này nó phát ra từ chỗ mô?

Tôi ở chơi với gia đình dăm hôm cho phải đạo rồi quay lên, bà Tư đã đi làm lại, Nhân về Australia hôm qua, công ty bên ấy mới có hợp đồng lớn, cần có mặt tổng giám đốc ký. Bích Trâm về sau vì phải đợi họp cổ đông. Tôi mừng thầm, sẽ có dịp gần gũi chị.

Chiều đã tắt nắng, đêm sửa soạn lên, bóng tối lẩn khuất trên tán lá rộng của hai cây cổ thụ. Tôi vừa vào nhà không lâu thì Bích Trâm cũng họp về tới. Hôm nay chị mặc sơ mi trắng dài tay cài khuy bằng hạt vàng trắng lấp lánh, áo bỏ trong váy màu sẫm, tóc vấn cao, cài bằng cây trâm nhiều hoa kết bằng đá quý, trông chị đẹp sang cả. Tôi nhìn chị ngẩn ngơ.

Chị nói,

"Trông mặt em kìa, như mất hồn."

Tôi nói,

"Mất hồn thật, chị đẹp quá."

Chị cười,

"Lại nịnh, không chán sao?"

Tôi nói,

"Chị đẹp thật mà."

Bà Tư nói vọng lên từ bếp,

"Bà chủ và cậu Huân sửa soạn xuống ăn cơm."

Chị lên lầu tắm, thay đồ, tôi cũng vào *restroom* rửa mặt. Một lát chúng tôi cùng ngồi vào bàn. Bích Trâm ngồi bên cạnh tôi. Mùi thơm kín đáo từ chị thoang thoảng trong không khí. Chiếc váy ngủ bằng lụa mềm ôm theo đường cong thân thể, từ cao nguyên màu mỡ xuống đồng bằng phì nhiêu, tôi biết chị không mặc đồ lót như thói quen từ ngày còn sống chung. Tôi như nhìn thấy qua lớp vải mềm, đồi cao rậm cỏ, khe lạch sũng ướt, tôi chồm sang, nói nhỏ vào tai Bích Trâm,

"Chị đẹp và thơm chịu không thấu. Em thèm vùi mặt vào nhai, gặm *baby*, ngon nhức răng tê lưỡi."

Chị nhìn nhanh bà Tư, lườm tôi vẻ như ngầm nói, "lúc nào cũng nhai với gặm, làm ơn kín đáo một tí."

Bà Tư nói,

"Hôm nay có món sườn non xào chua ngọt, bà chủ và cậu Huân thích."

Chị nói,

"Món nào chị nấu cũng ngon, tôi thích."

Bà Tư hỏi,

"Ở bển ai nấu ăn, bà chủ?"

Chị nói,

"Tôi nấu."

Bà Tư ngạc nhiên,

"Sao bà chủ không thuê người làm?"

Chị nói,

"Không giống bên này đâu, giải thích dài dòng lắm."

Chị ăn từ tốn, nhìn đôi môi đỏ mở ra cho hai hàng răng đều nhai miếng sườn tươm mỡ, nhìn cục yết hầu nhẹ nhàng lên xuống, nhìn búi tóc vấn cao, lộ hai vành tai và khoảng da thịt trắng mịn dài xuống vai, tôi ước gì chỉ có tôi và chị, chắc chắn tôi sẽ với tay kéo chị ngã vào lòng, dùng môi chu du khắp nơi, để được nghe tiếng cười của chị vút cao, "nhột chị…".

Bữa ăn chấm dứt, tôi ra ngồi vườn sau với tách cà phê. Buổi tối mùa thu không oi bức như vào mùa hè, ánh sáng từ căn lều bát giác rải trên luống hoa với nhiều đóa lớn rung nhẹ trong gió hiu hiu, không gian chừng như lắng đọng, tiếng xào xạc rất nhẹ trên tán cổ thụ, tiếng chim đập cánh, tiếng còi xe văng vẳng từ ngoài đường. Vị đắng của cà phê giúp tôi tỉnh táo, cảm thấy thoải mái. Bích Trâm cũng ra, ngồi đối diện tôi.

Chị hỏi,

"Ông bà cụ thế nào?"

Tôi nói,

"Cảm ơn chị, vẫn khỏe."

Chị nói,

"Chị em mình sắp xa nhau."

Tôi nói,

"Chị có buồn không?"

Chị nói,

"Em hỏi lạ."

Nhấp một ngụm cà phê, Bích Trâm nhìn tôi thật lâu, trước khi lên tiếng,

"Chị có chuyện quan trọng cần nói với em."

Tôi cũng nhìn chị, tia nhìn đắm đuối,

"Em nghe."

Chị xoay xoay tách cà phê trong lòng bàn tay, ngập ngừng rồi bằng giọng trầm, chị nói dài, hình như những điều phát ra từ miệng là kết quả của một quá trình dài nghĩ ngợi lâu nay.

Chị nói,

"Em biết chị rất thương em, hơn thế nữa, giữa chúng ta đã có một thời gian dài quan hệ với nhau như vợ chồng, em biết rõ từng nốt ruồi trên thân thể chị, ngược lại, chị thuộc từng động tác, từng sở thích của em lúc ân ái. Nói không quá, em là một phần đời của chị, đó là lý do lúc nào chị cũng quan tâm đến em, mong mọi điều tốt đẹp cho em. Trước tiên, chị sẽ nói rõ cuộc sống của chị, đó là một trong những yếu tố tạo nên cuộc chuyện trò hôm nay."

Bà Tư từ trong bếp nói vọng ra,

"Đến giờ rồi, tôi về."

Bích Trâm nói lớn,

"Vâng, chị về đi."

Tiếng chân bước ra cửa, tiếng khóa lách cách, bà Tư có lẽ đã qua sân, xuống đường.

Quay sang tôi, chị tiếp tục,

"Chị lấy anh Nhân, cuộc sống khá yên ổn, vật chất dư thừa, chị tránh sinh đẻ vì không còn xuân xanh, sẽ không tốt cho các baby. Vả lại, đã có con trai riêng của Nhân vẫn về thăm ba và dì mỗi cuối tuần, nó rất ngoan, chị coi như ruột thịt. Nhân không phải là tuýp người hào hoa, anh ấy củ mỉ cù mì nhưng có trách nhiệm với gia đình và nhất là thương chị. Chị không yêu anh ấy như ngày xưa đã yêu chồng cũ, tuổi chị bây giờ thực tế hơn, thấy được thiên đường tình ái vốn chỉ là chuyện mộng mơ lãng mạn của thời mới lớn. Sống với anh Nhân, chị như con thuyền đã tìm thấy bến đỗ bình yên. Nói tóm lại, chị hạnh phúc và vừa lòng với nó, nên, bất cứ một biến cố nào khiến cuộc sống gia đình bị tổn thương, chị đều sợ. Em yêu chị, chị biết, và chị thương em, dĩ nhiên em cũng biết, chính vì vậy, quan hệ của chúng ta trở nên khó xử, em không thể quên chị, chị không thể đối đãi với em lạnh nhạt, vô tình vô nghĩa. Rốt cục, chúng ta du nhau vào trạng huống càng ngày càng bế tắc. Đã có lúc, chị cắt đứt liên lạc với em, nhưng suốt thời gian ấy lòng chị không yên, luôn bứt rứt, chị hiểu, đó chỉ là giải pháp tạm thời, sẽ chẳng đi đến đâu, khi gặp lại, mọi chuyện vẫn sẽ nguyên trạng, tình yêu của em cho chị, tình thương của chị cho em, vẫn như ngày nào. Mấy ngày em về quê, anh Nhân sang lo cho gia đình, chị trở lại đây vì muốn có chút không gian riêng để suy nghĩ, hầu tìm ra giải pháp, nếu không chúng ta sẽ chết chìm trong vũng lầy này. Cuối cùng, chị nghĩ mình đã tìm thấy lối thoát. Em phải đi thật xa để không còn cơ hội trở lại. Nghĩa là em phải ra khỏi nước. Chị sẽ rất nhớ em, và em cũng sẽ thế, song chỉ như thế mới giải quyết được vấn đề, chúng ta đành chấp nhận. Do quan hệ làm ăn, vợ chồng chị quen biết với nhiều tai to mặt lớn. Hai hôm trước, chị đã nói chuyện với một trong số những bề trên này và cũng đã được họ tư vấn. Tháng sau, có một phái đoàn sang Hoa Kỳ bàn thảo thương mại, chị sẽ lo để em tháp tùng phái đoàn với tư cách một thành viên. Sang đến nơi em trốn ở lại. Chị sẽ liên lạc với một gia đình quen đón em về, từ từ tìm cách hợp thức hóa nhân thân. Luật pháp ở đâu cũng có khe hở, vấn đề là tìm ra khe hở này, chuyện không khó. Em sẽ đi học thêm hoặc đi làm, lấy vợ, sinh con, đoạn tuyệt hẳn với quá khứ. Đó là cách duy nhất giúp chúng ta thoát khỏi mớ bòng bong hiện tại. Ở Việt Nam có tiền là có tất cả. Chị đủ khả năng chu toàn mọi thứ, việc duy nhất của em bây giờ là chuẩn bị lên đường. Ở bển, có thể bước đầu em sẽ vất vả chuyện vật chất, yên chí, chị có đường dây gửi tiền qua cho em."

Tôi phản đối,

"Em không đi đâu hết."

Chị cầm tay tôi đưa lên miệng hôn, dỗ như dỗ trẻ,

"Nghe lời chị, cưng."

Tôi quyết liệt,

"Không."

Chị hỏi,

"Em còn yêu chị không?"

Tôi nói,

"Chị hỏi một câu thậm vô duyên."

Chị nói,

"Vậy thì chỉ cách này mới giúp em duy trì dài lâu tình yêu em dành cho chi, cũng như tình thương chị dành cho em. Nếu em yêu chị thực sự, không *sex* vẫn yêu mà."

Chị cười hóm hỉnh, tiếp,

"À, có đấy chứ, không "người thật vật thật" thì hàm thụ vậy. Chị sẽ chụp hoặc quay *clip* thường xuyên những nơi em vẫn vày vò, bú nút, *make love* để em nhìn, hồi tưởng và... *self service*."

Tôi bực bội,

"Không đùa, em không đi."

Chị nhìn tôi, tia nhìn buồn rười rượi, khiến cơn bực hạ xuống, lòng tôi xao động. Giọng chị rưng rưng,

"Em bảo yêu chị, nhưng chị nghĩ không phải, em chỉ yêu em, em chỉ nghĩ đến bản thân."

Tôi nói,

"Em xin lỗi, nhưng làm sao em đi nổi, em sợ vĩnh viễn sẽ không còn gặp chị."

Chị thở dài,

"Gặp chị, rồi bổn cũ soạn lại, rồi tiếp tục sống trong vô vọng, mặc ngày tháng trôi qua, chị sẽ già nhưng dù sao vẫn có chồng con. Còn em thì sao? Cứ mãi lêu bêu khi tuổi đời không còn son trẻ? Nhìn thấy tương lai em như thế, làm sao lòng chị không đau?"

Chị nói nhiều, xoáy sâu vào chỗ bế tắc trong quan hệ giữa tôi và chị. Thương tôi, lo cho tương lai tôi, sợ tôi mãi yêu chị một cách mù quáng, đánh mất tuổi trẻ, uổng phí một đời. Dần dần tôi nhận thấy chị hữu lý. Ra đi, tôi sẽ xa lìa hẳn quá khứ, chấm dứt những tháng năm lêu bêu không định hướng. Ra đi, là bước vào môi trường mới, là mở ra một chương khác. Vì thương tôi, không đành lòng từ chối đòi hỏi của tôi mỗi lần gặp lại đã khiến chị mang mặc cảm tội lỗi với chồng nhưng vẫn băn khoăn tôi sẽ thế nào, những băn khoăn ấy, chắc chắn sẽ ảnh hưởng không nhỏ đến cuộc sống chị. Đúng như chị nhận xét, tôi thấy mình thật ích kỷ.

Cuối cùng tôi nói, không chút hào hứng,

"Em bằng lòng nhưng với điều kiện."

Chị mừng rỡ,

"Điều kiện gì chị cũng đáp ứng, em nói đi."

Tôi nhìn chị thiết tha, nói nhỏ,

"Chị cho em trọn đêm nay."

Chị cầm tay tôi, lật ngửa, cúi hôn vào lòng bàn tay, cử chỉ của một người chị thương yêu đứa em trai ruột thịt, thở dài,

"Chị biết thế nào em cũng đòi, chị cũng biết không thể từ chối, lần này và những lần sau, nếu em còn ở đây. Chúng ta sẽ còn gặp nhau, ít nhất mỗi năm một lần, khi chị về họp cổ đông, và chuyện lại tái diễn, chị sẽ chiều em, sẽ cùng em ân ái mà lòng bứt rứt trong tâm trạng có lỗi với Nhân, càng bứt rứt hơn khi phải thừa nhận, chị bị cuốn hút, hưởng ứng không kìm chế được từ sự đắm say cuồng nhiệt của em, dù chị hiểu đó là đáp trả thuần vật lý của một thân xác khỏe mạnh, bình thường. Giờ thì chị nghĩ em đã rõ hơn, tại sao em phải đi thật xa, đó là cách duy nhất giúp chúng ta mãi duy trì tình cảm đã có với nhau mà không tổn hại ai cả"

Tôi nói,

"Em xin lỗi chị, em biết chị thương em, chìu em, dù lòng không thoải mái, nhưng em không cưỡng được mong muốn ôm chị, cùng chị *make love*, khi của em nằm sâu trong chị, ngậm môi chị, bú vú chị, những lúc như thế em luôn có cảm tưởng được bảo bọc, ôm ấp, chia xẻ, hợp nhất, em với chị là một, trọn vẹn."

Chị đứng dậy, vuốt má tôi trìu mến,

"Em vào tắm đi, chị lên lầu."

Chị xoay người, tôi gọi giật,

"Chị."

Tôi quỳ xuống, lết về phía chị, nói,

"Lúc nãy chị nhắc đến nốt ruồi em mới nhớ, em muốn hôn nó."

Chị nói,

"Vội gì, sớm muộn em cũng sẽ gặp nó."

Tôi nói,

"Em muốn ngay bây giờ, chị làm em nhớ nó không chờ được."

Chị im lặng vẻ chấp thuận. Tôi vén chậm váy ngủ lên cao. Dưới ánh sáng từ căn lều bát giác tỏa ra, gò tình vồng cao như nửa trái xoài tượng tỏa rộng, rậm cỏ. Tôi ngẩn ngơ nhìn tuyệt tác tạo hóa đã hoàn thiện. Tôi từng nhìn, hàng trăm lần, suốt hai năm, giờ tiếp tục nhìn, vẫn không thấy chán. Tôi nói,

"Đẹp quá, *baby* của em."

Tôi mải mê đưa tay nhẹ xoa bóp, cảm giác nham nhám, mềm mại, âm ấm làm tôi mụ mẫm, quên bẵng mục đích chính. Chị hỏi,

"Lâu thế, đã thấy chưa?"

Tôi đành trở về thực tại, vạch tìm nốt ruồi nằm khuất dưới chân cỏ. Một lúc, tôi ngước nhìn chị, reo nhỏ,

"Em thấy rồi chị ơi."

Chị cũng nhìn tôi cười, nụ cười như ngầm nói, "Vờ vịt, em rành quá nó nằm chỗ nào."

Để tạo điều kiện dễ dàng cho đứa em đang khao khát, chị dạng rộng chân. Tôi ghì siết hai mông cho đôi môi ép sát vào chấm đen nằm cạnh đường rảnh. Những sợi cỏ cạ vào má nhột điếng cộng với mùi ngai ngái quyến rũ khiến tôi đê mê, cảm nghe hàng nghìn mạch máu dưới da cuồn cuộn chảy. Chị thở hắt,

"Em..."

và vùi mười ngón tay vào tóc tôi vò xoắn, đồng thời cố giữ tiếng kêu không thoát ra khỏi miệng, dạng chân rộng hơn nữa cho tôi vờn lưỡi thỏa thích, không chỉ giới hạn mỗi nốt ruồi. Khoảng gần một phút, chị nhẹ đẩy đầu tôi ra, thầm thì,

"Đủ rồi."

Chị kéo váy xuống, cúi thấp nâng mặt tôi lên, hôn nhẹ trên môi, mỉm cười nói,

"Đêm nay chắc chị thức trắng."

Chả hiểu chị trách tôi hay chỉ thuần túy là một nhận xét.

Rồi chậm bước về hướng cửa vào căn bếp. Tôi nhìn theo, nhìn tấm lưng với rảnh trũng chạy dài, hai gò mông căng, đôi chân mượt…, tôi tưởng tượng.... Mặc kệ mọi thứ; mặc kệ đi hay ở; mặc kệ những điều đình thêm bớt giữa ông lớn nào đó và chị; mặc kệ những xấp đô la ném trên mặt bàn mua tấm vé cho tôi đến miền đất của các giấc mơ; mặc kệ…, chỉ lát nữa thôi, chị sẽ nằm trọn trong vòng tay, sẽ biến những điều trong tưởng tượng thành hiện thực. Tôi cảm thấy chóng mặt, ngầy ngật say.

Ann Phong - Một mình

# CHƯƠNG II

Tôi thường một mình lái xe đi thăm những di tích, danh lam thắng cảnh vốn không ít ở tiểu bang rộng lớn này vào những ngày cuối tuần. Đó là thú vui của tôi, cũng là một cách trốn chạy căn phòng chật hẹp (tiền thân là *garage* được tân trang lại) tôi đã *share* của một gia đình gốc Bắc có bà chủ thật… kinh khủng. Gia đình này ăn *welfare* (trợ cấp xã hội dành cho các gia đình có thu nhập thấp hoặc không có lợi tức) và ở *housing* (nhà do chính phủ phụ trả thêm, đến trên dưới 80% giá thuê) từ khi mới đến Mỹ. Ông chồng làm "thợ vịn" cho một công ty xây cất chuyên trách mọi công việc liên quan đến nhà cửa: thiết kế, cất nhà mới, sửa chữa, ép thêm phòng, *restroom*… . Được lãnh tiền tươi, thấp hơn giá đã định đôi chút nhưng không phải khai thuế, ảnh hưởng đến quyền lợi gia đình đã hưởng từ chính phủ mấy mươi năm nay. Trên nguyên tắc, ở *housing* không được cho *share*, nếu vi phạm sẽ bị phạt nặng, cúp *housing* lẫn *welfare* và có thể bị đền bù bằng cách trừ dần vào thu nhập. Vì thế, hàng năm, để tránh bị phát hiện, đến ngày cán sự xã hội tới khám nhà xem còn đủ tiêu chuẩn cư trú không, theo "lệnh" bà chủ, tôi phải lang thang ngoài đường suốt buổi cho đến lúc nhân viên nhà nước kết thúc công việc. Bà chủ này mắc phải đủ mọi bệnh: keo kiệt, chanh chua, xét nét, tò mò, lắm chuyện và tệ hại nhất, ăn cắp vặt!

Đầu tháng lỡ chậm trả tiền *share*, dù chỉ một ngày là đã thấy bà ta xuất hiện,

"Này, trễ rồi đấy nhé."

Tôi nói,

"Xin lỗi bà, tôi quên."

Bà ta mát mẻ,

"Thế ăn cơm mỗi bữa cậu có quên không nhỉ?"

Tôi im lặng không trả lời - chớ dại trả lời, kinh nghiệm dạy tôi, nếu không muốn nghe nữa, hàng tá lời chua hơn giấm - vội ký cái check đưa cho bà ta.

Thỉnh thoảng bạn bè tôi, nhất là phái nữ, đến chơi, bà ta lảng vảng theo dõi, hệt công an chìm bám gót tội phạm, tôi không hiểu nổi, để làm gì… .

Nhưng bực bội nhất là hai bàn tay rất nhám của bà chủ. Một lần tôi thay đồ, móc bóp vất trên bàn rồi quên bẵng, đến sở làm. Chiều về sực nhớ, tìm suốt buổi chẳng thấy bóp đâu, tôi thở dài nghĩ đến cảnh phải đi trình báo và xin lại hàng tá giấy tờ tùy thân, bằng lái xe, *credit card*…. Chợt mắt nhìn vào thùng rác, cái bóp nằm ngoan trong ấy, trên cùng. Mừng quá chạy tới cầm lên soát lại, giấy tờ còn đủ, chỉ mất hơn trăm tiền tươi, không sao, thế là may mắn chán. Tôi nghĩ ngay đến bà chủ, xem lại *camera* (dụng cụ nghe nhìn này thấy quảng cáo trên Amazon rẻ như cho, hai mươi lăm đô, gửi đến tận nhà, tôi tò mò mua và lắp đặt chơi) thì y như tôi nghĩ, bà chủ lấm la lấm lét mở bóp, nhón nhanh mớ tiền tươi rồi vất cái bóp vào thùng rác. Đến giờ, tôi vẫn tự hỏi, tại sao bà ta không đặt lại chỗ cũ mà vứt thùng rác để làm chi.

Nhiều lần tôi định tìm nơi khác, nhưng lần lữa mãi vì lười. Nghĩ đến cảnh phải thu xếp đồ đạc, bày biện lại ở chỗ mới, tôi ngại, nên "nhắm mắt qua cầu" cho xong. Và để tránh mặt bà chủ yêu quý, mỗi cuối tuần không đến sở, tôi lang thang khắp nơi, riết, trở thành thói quen.

Tôi cho xe vào *parking* trước một quán nhỏ, mặt ngoài cũ kỹ với tấm bảng bên góc trái bằng gỗ với hai hàng chữ cũng lộng bằng ván ép, *Hope, size* lớn, *Mini Restaurant, size* nhỏ. Tôi bước vào trong. Đây là một *bar* rượu kiêm thức ăn nhẹ. Tôi gọi ly *Allan Scott* và một phần lưỡi bò sốt tiêu đen. Tôi không phải dân sành rượu. Nhớ một lần đi ăn chung với người bạn, hắn gọi rượu này, nay thấy trên kệ, bèn chỉ.

Nhân viên phục vụ là một thiếu nữ trẻ, vóc người tầm thước, rất sexy. Vú vê, mông đùi ngồn ngộn, nhìn, không thể không nghĩ đến giường chiếu. Thiếu nữ đặt khay xuống bàn, bê đĩa thức ăn và ly rượu đặt trước mặt tôi, cười rất tươi,

"*Hope you eat well*"(1)

Tôi nói,

"*Thank you.*"

Thiếu nữ hỏi,

"Ông cần gì thêm?"

Tôi nói,

"Cảm ơn, đủ rồi."

Và ngước nhìn nàng, sắm cho mình đôi mắt thật ướt,

"*You are so beautiful!*"(2)

Thiếu nữ cũng nhìn tôi, mắt mở to, lòng đen nhay nháy, lông mi dài, chân mày rậm, môi thoa son đậm, mỉm cười,

"*Thank you.*"

Thiếu nữ quay người đi vào, hai mông tròn lắc lư.

Ăn xong tôi gọi tính tiền rồi ra xe đi tiếp.

Tôi lại cho xe vào con đường hẹp chỉ hai luồng ngược, xuôi. Cuối đường là thị trấn cổ, nơi được ghi trong *book* du lịch của tiểu bang. Là một thành phố nhỏ chỉ vài ngàn dân, nhà cửa đều theo phong cách Âu châu, cụ thể là Tây Ban Nha, mái hình tam giác cao, dốc nghiêng gần thẳng đứng, nhiều nhà vươn cao phía sau cánh quạt lớn của cối xay gió. Nơi gây ấn tượng nhất là viện bảo tàng, chỗ lưu giữ nhiều hiện vật của những người đầu tiên đến vùng đất này, nón, mũ, giày, quần áo, dụng cụ canh tác, hình chụp, vẽ, sách vở… . Người ta đã, một cách khéo léo và hệ thống, thuật lại chi tiết và sống động lịch sử của vùng miền này trải qua hàng thế kỷ.

Nhìn phương pháp làm việc của họ, tôi không thể không thán phục. Thảo nào chỉ vài trăm năm, từ một nhúm người tứ chiến trôi sông lạc chợ, đến đất nước này với hai bàn tay trắng, thế mà bây giờ đã trở thành một cường quốc giàu mạnh, văn minh nhất thế giới.

Bốn giờ chiều, tôi trở về. Khi chạy ngang quán *Hope*, tôi thấy thiếu nữ vừa từ trong bước ra, tôi dừng lại, xuống xe, hỏi,

"Cô hết ca, định về phải không?"

Thiếu nữ nói,

"*Yes*."

Tôi lại hỏi,

"Cô về bằng gì?"

Thiếu nữ đáp gọn,

"*Bus*."

Tôi ngạc nhiên,

"Cô không có xe?"

Thiếu nữ cười,

"Có nhưng đang trong *garage*, tuần trước tôi bị tai nạn, bung cốp, vẹo sườn, phải sửa các thứ."

Tôi mở cửa xe, mời,

"Nếu cô không ngại, tôi xin làm tài xế đưa cô về."

Rất tự nhiên, thiếu nữ vào xe. Tôi đưa nàng về một chung cư ở đường… .

Thiếu nữ "khai", trước đây nàng sống với kép ở đây, nhưng hai người vừa chia tay. Nàng than,

"Một mình em trả tiền nhà không nổi, đang định tìm chỗ *share* phòng, anh biết chỗ nào tốt giới thiệu cho em."

Tôi nói,

"Cho anh ở chung, chia tiền nhà."

Thiếu nữ hỏi,

"Anh nói thật?"

Tôi nói,

"Thật, anh đang định đổi chỗ ở, được dịp này còn gì bằng."

Tôi dọn đến nhà nàng ngay sáng hôm sau, dù tiền *share* phòng mới trả tuần trước và cũng bỏ luôn hai tháng tiền cọc. Nếu lấy lại được, tôi biết sẽ chẳng còn bao nhiêu, thể nào bà chủ yêu quý cũng săm soi từng lỗ đinh, từng miếng tường mẻ… để trừ vào tiền cọc, tôi ngán đôi co với bà ta, làm sao thắng nổi cái miệng có gai có móc kia? Thôi thì tránh voi chả xấu mặt nào, thà mất tiền còn hơn phải bực mình.

Chung cư chỉ một phòng, tôi ngủ ngoài sofa.

Đến tuần thứ hai, sau cuộc nhậu nhân sinh nhật một người bạn, cả hai được mời, chúng tôi đều ngà say. Về đến nhà, tắm rửa xong, Diedre, tên thiếu nữ, nhìn tôi bằng đôi mắt ướt rượt, nói,

"Vào ngủ với em, thấy anh ngủ ngoài *sofa* tội nghiệp."

Được lời như cởi tấm lòng, tôi vội ôm mền gối vào phòng Diedre. Và mọi chuyện tuần tự nhi tiến, tự nhiên, dễ dàng.

Tôi ôm Diedre, xoa đôi mông tròn, căng láng, mát rượi, bàn tay di chuyển ra phía trước ôm trọn gò tình, rà xuống thấp, Diedre thốt kêu,

"*So good.*"

Tôi kề tai Diedre nói khẽ,

"Em thơm quá."

Nàng cười rinh rích,

"Em mới tắm, tất nhiên thơm."

Tôi nói,

"Từ lúc kép bỏ đi, hơn tháng rồi, em vã lắm phải không?"

Diedre không trả lời, nhẹ nhàng cởi chiếc váy ngủ vắt sang bên, nàng hoàn toàn khỏa thân, da ngăm ngăm, hai vú lớn, bụng phẳng, gò vồng cao, phủ kín cỏ mọc hỗn lên gần rốn, tràn ra hai bên. Tôi mở tròn mắt,

"*Hairy too much*"(3)

Diedre cười,

"*You like*?"

Tôi gật đầu,

"*Yes, I like, really like*."(4)

Tôi đưa tay vuốt những sợi cỏ, thích thú,

"*You are amazingly hairy*."(5)

Tôi cũng đang vã, vội trèo lên, Diedre vật tôi nằm ngửa, nàng ngồi dậy dạng chân quỳ hai bên hông tôi lết tới, nói,

"*First, reheat me, so fragrant, please*."(6)

Tôi ra điều ngây thơ,

"Là thế nào?"

Diedre vả nhẹ vào má tôi,

"*Fool!*"(7)

Tôi cười, ngoan ngoãn thực thi ý muốn của Diedre. Sau màn giáo đầu, tôi sôi nổi nhập cuộc. Nói theo ngôn ngữ thời thượng, nếu chỉ thuần để giải quyết sinh lý, *make love*(8) với Diedre rất "chất lượng". Tôi tham lam "tái hồi" những bốn lần đêm đó. Sáng ra thay vì đi, tôi phải… lết vào *restroom*!

Diedre sòng phẳng, rất Mỹ (nàng mang trong người nhiều dòng máu, một mẫu hiệp chủng quốc đúng nghĩa: cha Mỹ mang hai chủng Ý và Đức, mẹ Mễ), tiền nhà chia hai, kể cả tiền chợ cũng vậy. Ngay cả chuyện *make love*, Diedre cũng khá công bằng, không ích kỷ, chỉ thỏa mãn riêng mình, chẳng quan tâm đến cảm xúc của đối tác. Khi vào cuộc, nàng tham dự tận tình trong mọi hành động để cả hai đạt được thỏa mãn tối đa có thể. Dĩ nhiên, không thể gọi chúng tôi là tình nhân, từ bằng hữu có lẽ đúng hơn, dù một vài lần trong cơn hưng phấn, Diedre ôm tôi hôn rồi nói, "*I thought maybe I loved you*"(9). Tôi cười, giả lả "Mới *maybe*(10) thôi, chừng nào cầm chắc hãy tính." Bằng hữu, trong nghĩa này, chúng tôi đã đối đãi với nhau tốt, rất tốt, chúng tôi quan tâm đến nhau, mọi mặt, tất nhiên không loại trừ sex. Thích thú hơn nữa, chúng tôi hoàn toàn tự do, độc lập, không tò mò, can thiệp vào chuyện tình cảm riêng tư của nhau. Diedre có nhiều tình nhân trên khắp thế giới, nhưng chỉ là những người tình ảo. Qua *smartphone*, bất cứ lúc nào rảnh rỗi, nàng cũng chát chít không với người này thì kẻ kia, chỉ phút trước ở Paris, phút sau đã Australia, tất cả đều thắm thiết, mê đắm, trao đổi cho nhau những hình ảnh, cả những clip chụp, quay những phần nhạy cảm trên cơ thể. Có lần tôi hỏi Diedre,

"Yêu hàm thụ như thế ăn được giải gì?"

Diedre trả lời,

"Có chứ, gần nhất, sướng mắt đã tai, điện thoại thông

minh bây giờ độ phân giải cao, thấy rõ từng lỗ chân lông. Về lâu về dài, đi *vacation*(11) hay *travel*, đến đâu cũng có người tiếp đón, lo ăn ở, lo luôn chuyện *sex*, đỡ tốn tiền, lại có dịp đổi món."

Tôi nói,

"Em phải giữ thể giá mai mốt còn lấy chồng chứ."

Diedre nói,

"Em có hư hỏng đâu, mỗi năm một lần đi *travel, sex* nếu có, chỉ để thêm hương vị, có gì quá đáng? Ở đây, anh biết mà, chỉ duy nhất mình anh."

Ngẫm cho cùng, sống như Diedre cũng hay. Thực dụng nhưng không lang chạ, trắc nết. Còn hơn chán vạn kẻ khác, ngoài mặt ra vẻ đoan trang đạo đức nhưng thực chất chẳng ra gì.

Phần tôi, đã bốn năm từ ngày xa Bích Trâm, chúng tôi vẫn liên lạc, nhất là giai đoạn đầu, tuần nào cũng vài ba lần. Tôi nhớ chị quay quắt. Nhớ đêm, nhớ ngày, nhớ ánh mắt, nụ cười, tiếng nói, môi hôn... . Sáu tháng chuyện trò qua *phone*, chị dần hé lộ, cũng yêu tôi, nhưng vì nhiều lý do, chị cố nén lòng, đánh lừa người và cả mình rằng, tình cảm chị có với tôi chỉ thuần là tình chị em. Chị thường nhắc đến đêm cuối cùng của tôi và chị trong căn phòng trên lầu, đó là một đêm thần tiên duy nhất tôi được hưởng trong đời. Tôi dám khẳng quyết, mãi mãi kiếp này, sẽ không bao giờ nữa tôi được hưởng lại hạnh phúc đó. Đêm ấy chị đã nhiệt tình, cháy đỏ hết mình, làm sao quên được vòng ôm mê đắm, môi hôn không rời. Đã bao lần chị đu lên người tôi, khỏi mặt nệm, hổn hển, vấp váp,

"Em ơi, em ơi..."

Chị cũng nhắc đến hai năm chung sống cùng tôi như vợ chồng. Đó là khoảng thời gian chị chưa ra khỏi bóng râm hạnh phúc với người chồng cũ, lý trí bảo chị đã hết rồi, thực sự hết, nhưng trái tim lại bảo có thể chỉ là nhầm lẫn nào đó, chồng chị sẽ đón chị qua, gia đình sẽ sum họp. Vì thế, nửa tức giận, nửa hy vọng, trong tâm trạng giao động, phân thân, chị không cảm thấy hưng phấn mỗi lần ân ái, dù rất thương tôi.

Cho đến lúc về với Nhân, dần thấy rõ người chồng cũ đã thực sự không còn tồn tại trong cuộc đời chị, cũng là lúc chị nhìn lại hai năm đầu gối tay ấp với tôi. Cảm động trước tấm chân tình không đòi hỏi đáp đền tương xứng, lòng chị xao động, và rồi con tim bồi hồi, hình ảnh tôi cùng bao lần ân ái sống lại, chị cảm thấy đã đối xử với tôi bất công. Tự nhủ sẽ đáp đền, đêm cuối trước khi tôi rời khỏi nước, chị đã thực hiện được lời hứa với chính mình, cũng là đêm chị phát hiện đã yêu tôi. Chị đã vô cùng thỏa mãn khi buông thả, tận hưởng lạc thú ái ân cùng tôi, đã nhìn tôi bằng đôi mắt khác, đã thấy tôi như một người tình trẻ trung, ăm ắp sinh lực. Tôi nhớ lúc trời rạng sáng bên ngoài cửa sổ, trước khi bà Tư đến, khi tôi chuẩn bị trở về phòng mình, chị đã hôn khắp thân thể tôi, đã chủ động bày cuộc ân ái, say đắm... một lần nữa. Tiếng va chạm của hai thân xác hòa cùng tiếng thở, tiếng hít hà của chị..., làm thành một âm thanh cực kỳ kích thích khiến tôi mê đi trong hoan lạc. Chị luôn miệng,

"Em yêu, nhớ nhé, nhớ mãi giây phút này nhé."

Làm sao tôi quên được.

Khi biết chị cũng yêu tôi, lập tức tôi nói với chị "em sẽ quay về, để được sống với chị, đó là ước vọng lớn nhất của em.". Chị nói chị cũng muốn lắm, được sống bên người tình trẻ hết lòng thương yêu chị, còn gì bằng, nhưng mà, chị từ tốn phân tích thiệt hơn để tôi thấy, nếu trở về, chẳng những không giải quyết được chuyện gì, trái lại, càng làm mọi sự trở nên tồi tệ. Chưa chắc gì tôi sống được với chị, dư luận đàm tiếu, phản ứng từ gia đình tôi và hàng trăm trở lực khác, đến từ nhiều phía, kể cả chính tôi và chị, khi giai đoạn trăng mật qua đi, quan hệ vợ chồng trở nên bình thường như tất cả mọi cặp vợ chồng khác.... Không sống được với chị, tương lai tôi sẽ chôn vùi trong đau đớn, tuyệt vọng, hủy hoại dần tuổi thanh xuân. Phần chị, mái ấm của chị sẽ đổ vỡ. Tuy sống với Nhân, chị không có được những giây phút thăng hoa tuyệt vời như với tôi, nhưng chắc chắn sẽ yên ấm. Hành vi thả mồi bắt bóng sẽ đưa chị đến đâu? Tuổi chị không còn trẻ để phiêu lưu vào trò may rủi này. Tôi hiểu mọi âu lo của chị. Tôi đủ chín chắn không mơ mộng viển vông. Tình yêu của tôi cho chị là có thực nhưng không có nền tảng, đổ vỡ là khả năng bất cứ lúc nào. Mái ấm của chị cũng có thực nhưng ổn cố, không thể ném sự có thực và ổn cố này vào canh bạc rủi may. Chuyện ấy chỉ xảy ra trong những tiểu thuyết diễm tình, nhằm "mua vui cũng được một vài trống canh". Tôi yêu chị, không so đo tính toán thiệt hơn, mong chị bình yên mãi đến cuối đời, nghìn lần tôi không muốn thành tên phá hoại, thì thôi, đành cố quên đi vậy, ước vọng quy cố hương.

*

Diedre kéo tôi về thực tại,

*"I'm off today, let's go out or eat."(12)*

Tôi hỏi,

"Anh muốn đi ăn, em thích món Thái?"

Diedre trả lời,

*"Spicy, but I also like."(13)*

Chúng tôi ra xe. Hôm nay Diedre trẻ trung trong váy ngắn, áo *pull* hở rún, rộng cổ, trước ngực in hình trái tim hồng và hàng chữ *Love Me*.

Tôi nhìn Diedre, nói,

"Trông em *cool(14)* quá."

Diedre hỏi,

"*Cool*, tiếng Việt của anh nghĩa là gì?"

Tôi nói,

"Là… là… ngon cơm."

Diedre nói,

*"Rice delicious? I don't understand."(15)*

Tôi cười, quàng cổ Diedre bước ra con đường nhỏ tráng *ciment* dẫn vào khu *public parking* của chung cư, hai bên dọc lối đi, cỏ xanh được chăm sóc kỹ mơn mởn, tươi tốt. Nằm giữa ba dãy nhà quây thành hình chữ U nhìn ra cổng lớn, là hồ tắm chung, nước trong xanh dưới ánh sáng đầu ngày, cầu tuột bằng nhựa trắng dành cho trẻ con bóng lưỡng. Khu *apartment* này thuộc hạng trung bình, cổng vào được mở đóng bằng mã số.

Tôi lái xe ra cổng, bấm *remote control*. Cổng mở, tôi cho xe nhập vào lòng đường chạy về hướng Tây thành phố, nơi có quán ăn Thái nổi tiếng. Quán nhỏ, trang trí theo kiểu xứ Chùa Tháp. Hai bên tường gắn hai phù điêu lớn, một bên mô tả cảnh đền chùa, uy nghi, mênh mông, nóc chùa nhọn, những cây cọ cao vút, bên kia, hoạt cảnh độ chục thiếu nữ trong quốc phục với quần áo, mũ mão cầu kỳ, sáng chói màu vàng lộng lẫy, đang biểu diễn một vũ điệu đậm bản sắc Thái. Giữa phòng, trên cao là bàn thờ vị vua đang tại vị. Tôi được biết dân Thái, dù ở bất cứ nơi nào trên trái đất, vẫn rất tôn kính vị quân vương của mình. Ở đất Thái, khi quân bị xem là trọng tội, giá chót cũng mười năm nằm nhà đá gỡ lịch. Tôi nhìn lên bàn thờ, định buông vài câu đùa vui với người phục vụ, nhưng kịp dừng lại vì chợt nhớ những điều đã biết. Dù tôi đang ngồi đây, trên đất Mỹ, nơi bất cứ công dân nào cũng có thể gọi tổng thống đương vị là "thằng khốn" nếu không thích ông ta, nhưng "nhập gia tùy tục", chẳng lợi lộc gì khi làm mất lòng gã phục vụ có vóc người nhỏ nhắn, miệng mồm tía lia và nhất là kiểu chắp tay vái chào rất dễ thương.

Tôi gắp một đũa gỏi xoài trộn tôm khô, chanh, rau thơm và… ớt. Cay xé cổ nhưng ngon, tôi nói với Diedre,

"Anh chịu món này nhất."

Diedre tán đồng một nửa,

*"Delicious but spicy."(16)*

Tôi ba hoa,

"Theo anh nghĩ, người thích ăn cay thường dâm, như dân Ấn chẳng hạn, biết tình dục rất sớm, con trai mười ba, con gái mười một tuổi đã cưới vợ lấy chồng. Ông thánh Gandhi từng viết trong hồi ký, có thời kỳ ông ấy mần tình liên miên, mỗi ngày ít nhất một quả."

Diedre cười,

*"Just like you."(17)*

Tôi cũng cười,

"Giống em nữa."

Diedre nói,

"Vậy anh sai rồi, chúng ta đâu có ăn cay."

Tôi tán đồng,

"Ừ nhỉ, vậy có lẽ tại "gin"

Và tán thêm,

"Vả lại, cứ thấy em là không thể không nhúc nhích, lúc nào cũng tô hô phơi cái chảo úp một đống khi ngủ, thánh còn chịu không thấu, huống chi anh."

Tán nhảm với Diedre thật vui, chúng tôi thoải mái đề cập mọi chuyện, lớn, nhỏ, thanh, tục, tuyệt đối không *taboo*. Ngay trong quan hệ tình dục, Diedre vẫn thường chỉ vẽ tường tận cho tôi biết chỗ nào và làm cách nào để người nữ đạt đến cực khoái nhanh nhất. Nhờ vậy tôi thủ đắc được khá phong phú kinh nghiệm gối chăn. Phải chi được sống với Bích Trâm, tôi sẽ làm chị "chết lâm sàng" hàng đêm.

Lạ thực, chuyện gì rốt cục cũng dẫn về Bích Trâm. Rất nhiều lần tôi tự hỏi tại sao tôi yêu chị đến thế? Khách quan so sánh, chị không trẻ đẹp bằng Ngọc Quyên, *body* không hoàn hảo như Ngọc Quyên và Diedre, ngực không còn săn chắc, khe tình không còn tươi nhuận, bụng đã hơi nhiều mỡ và kinh nghiệm *sex* chưa xứng đáng làm đệ tử Diedre. Nhìn chung, chị không phải là nhân tố để tôi so sánh với những người nữ đã đi qua trong đời, thế mà tôi nhớ Bích Trâm nhiều nhất, yêu Bích Trâm sâu đậm nhất, sẵn sàng vứt bỏ tất cả để được gần gũi Bích Trâm. Chị, như lực hút của nam châm, cây kim nhỏ là tôi, làm sao cưỡng lại từ trường toát ra từ chị? Tôi nhớ căn phòng trên lầu, giữa khuya vắng, trong tán cổ thụ tiếng chim đập cánh, quanh bờ tường rào, trong những lùm cây, dưới bụi hồng tiếng dế râm ran bất tận và ánh sáng từ căn lều bát giác leo qua cửa sổ, tưới trên thân thể chị trắng màu da thịt. Chị ôm đầu tôi, vuốt tóc, giọng nhỏ,

"Chỉ còn đêm nay, đêm cuối cùng, chị em mình sẽ không còn thấy nhau."

Tôi khàn giọng,

"Chị đừng làm em khóc."

Chị nói,

"Mạnh mẽ lên nào."

Tôi ôm chị, cảm nhận hơi ấm từ chị truyền sang, mùi thơm da thịt quyện với mùi dầu tắm làm tôi như say, tôi hôn nhẹ lên một gò ngực.

Tôi nói,

"Em biết em sẽ nhớ chị nhiều lắm."

Chị ôm mặt tôi bằng hai bàn tay, nhìn sâu vào mắt, hôn dài lên môi, chị nói,

"Thương em quá, chị cũng sẽ nhớ em như em nhớ chị."

Tôi lật chị nằm ngửa, trườn thấp, vượt qua vùng bụng, áp môi trên gò cao, vùi mặt hít sâu mùi hương ngai ngái quyến rũ, kêu nhỏ,

"Em nhớ nhất nơi này, cái gối êm ái của em."

Ánh sáng tuy yếu nhưng cũng đủ cho tôi nhìn thấy nốt ruồi ẩn hiện chập chờn, tôi cúi xuống, hôn tới tấp gò tình.

Chị cười, đùa,

"Cái gối êm ái của em, chị cắt cho em mang theo nhé?"

Tôi nói,

"Phải chi cắt được."

Chị chuyển đề tài,

"Qua bên ấy em định thế nào, vẫn viết văn chứ?"

Tôi thở dài,

"Ai đọc?"

Chị nói,

"Thì gửi về Việt Nam, *email* bây giờ xóa mọi khoảng cách, quốc gia này với quốc gia khác cũng giống nhà mình với nhà hàng xóm."

Tôi nói,

"Vấn đề là kinh tế, ở đây mỗi ngày em viết ba cái *feuilleton(18)*, đủ sống thoải mái, sang bên ấy, tiền nhuận bút mỗi tháng đổi ra đô la chưa chắc đủ ăn dăm bữa tối."

Chị hỏi,

"Vậy em tính thế nào?"

Tôi nói,

"Em chưa biết, có thể em sẽ đi học lại."

Chị kéo tôi lên, lại áp môi trên môi, chị say sưa ngậm

mút, lùa lưỡi vào vòm miệng, ngọ ngoạy. Dứt ra, chị nói,

"Em khá tiếng Anh, việc học sẽ không khó, ráng vài năm lấy mảnh bằng, sẽ tốt cho tương lai."

Dừng một chút, chị tiếp,

"Thôi, việc gì đến sẽ đến, không tính trước được, giờ hãy nghe chị nói..."

Tôi nhìn thân thể chị nổi rõ trên mặt nệm trắng, tôi nhìn hai gò ngực, tôi nhìn đồi yêu nung núc, cảm thấy máu chạy loạn, tôi đòi,

"Chị ơi... em muốn..."

Chị cười âu yếm, nói,

"Còn cả đêm, chị sẽ chiều bất cứ ý muốn nào của em, bây giờ hãy nghe chị nói đã."

Tôi nói,

"Chị nói đi."

Chị trách yêu,

"Nhưng em cứ thế này..."

Tôi cười,

"Em nghe bằng tai, còn thì, làm sao em nằm yên nổi khi nhìn chị thế này."

Chị hỏi

"Bộ em chỉ yêu chị dung tục vậy sao?"

Tôi ngạc nhiên,

"Dung tục?"

Chị nói,

"Tình yêu đâu chỉ duy nhất chuyện xác thịt..."

Tôi nói,

"Tất nhiên, nhưng dứt khoát không có thứ tình yêu chay tịnh, hoàn toàn vắng bóng xác thịt. Đó chỉ là chuyện tưởng tượng vớ vẩn của những anh nhà văn ẩm ớ, tứ thời bát tiết cô quạnh, chỉ biết mộng mơ và viết lách nhảm nhí cốt giải tỏa khát khao bằng cách thăng hoa quan hệ gái trai, biến nó trở thành thánh thiện, cao xa, trong sạch. Làm gì có thứ tình yêu phường tuồng đó. Tình yêu chỉ tồn tại và phát triển khi có *sex*. Nó tự nhiên và đương nhiên; nó nằm trong quy luật vận hành của trời đất; nó là cặp đối đãi tất yếu mang tên âm dương."

Chị cười,

"Em có vẻ mạnh miệng trong vấn đề này nhỉ."

Tôi nói,

"Kinh nghiệm. Càng yêu nhiều càng khao khát quan hệ tình dục với người mình yêu. Em yêu chị, muốn vô cùng được cùng chị ân ái."

Tôi đưa tay ôm trọn gò tình, xoa bóp rồi trườn xuống.

Chị nói,

"Nghe chị nói đã..."

Tôi chống chế,

"Em vẫn nghe mà."

Chị đành mặc tôi và bắt đầu cất giọng nhưng nó cứ bị đứt quãng bởi những tiếng hít hà không thể kìm chế,

"Chỉ còn đêm nay, ngày mai chị sang Úc, em chờ

ngày lên đường, có thể chúng ta không còn cơ hội gặp nhau nữa. Chị biết em rất buồn, chị cũng nào hơn, nhưng không còn chọn lựa nào khác, chúng ta đành chấp nhận thôi. Xa em, mỗi năm chị sang, hoặc với anh Nhân, hoặc chỉ một mình, đêm nằm trên chiếc giường này, chị sẽ nhớ em, nhớ đêm nay, nhớ môi em, lưỡi em, nhớ vòng tay em ôm siết. Chị nhắc lại lời hôm trước đã nói, em là một phần đời chị, từ lúc gặp em đến lúc chị sang bên ấy, mọi biến cố xảy ra cho chị luôn gắn liền với em. Khi chị rơi vào những tình huống khổ đau nhất, tuyệt vọng nhất, chỉ một mình em rõ, một mình em bên chị, một mình em vui niềm vui của chị, buồn nỗi buồn của chị. Hẳn em không quên bữa nhậu trong *restaurant mini* bên quận ba, em đưa chị về, và trong hờn tủi, dao động, chị đã ăn nằm với em, khởi đầu hai năm như chồng vợ. Suốt khoảng thời gian dài đó, dễ chừng có đến cả trăm lần chúng ta ân ái, vậy mà, chưa một lần chị đạt được lạc thú gối chăn, chị thờ ơ, lạnh nhạt, luôn trong tư thế chẳng đặng đừng. Nhưng em vẫn kiên trì chịu đựng, vẫn nhận lãnh mọi thua thiệt. Chị hiểu, với sức trai và lòng tự trọng, không dễ gì chấp nhận như thế suốt hai năm dài, nếu không vì tình yêu em dành cho chị quá lớn, che lấp mọi lý lẽ. Giờ đây nhớ lại, chị bất nhẫn quá. Em yêu chị nhiều đến thế, yêu quên cả bản thân. Chị nhận thấy đã quá bất công với em."

Chị nhìn tôi, tha thiết,

"Đêm nay chị sẽ chuộc lại lỗi lầm, sẽ đền bù cho em."

Tôi hỏi,

"Chị đền bù vì cảm thấy có lỗi với em hay cũng muốn?"

Chị cười,

"Hỏi khó chị nhé."

Nhìn tôi bằng cặp mắt âu yếm, chị nâng lên xóc nhẹ rồi hôn từ gốc đến ngọn,

"Chị thèm *baby* của chị."

Để chứng minh, chị đẩy tôi ngã xuống mặt nệm, hôn khắp, trán, môi, di chuyển dần xuống ngực, bụng, hạ thể. chị cầm "*baby* của chị" đưa vào miệng. Nhột, tê điếng, tôi vùi hai bàn tay vào tóc chị, không nén được tiếng kêu,

"Chị ơi… chị ơi…"

Một lúc, chị mỉm cười hỏi,

"Thích không?"

Tôi nói

"Em muốn xỉu."

Sau đó chị chủ động. Tôi điếng ngất, với tay xoa, bóp, và cong người bú nút luân phiên hai bầu vú, thỉnh thoảng nhả ra, hổn hển,

"Em thích quá."

Suốt đêm tôi và chị gần như không ngủ. Những trận giao hoan tiếp nối, chị luôn nhiệt tình thực hiện mọi tư thế. Mỗi lần lên đỉnh chị ngậm môi tôi cắn muốn tóe máu, nói nhỏ,

"Chưa bao giờ chị thỏa mãn như thế này."

Những lúc nghỉ mệt để lấy sức bày cuộc mới, tôi nói,

"Chị cũng nhiều kinh nghiệm ân ái nhỉ."

Chị ôm tôi, nói,

"Chị xem phim *sex* từ lúc có ý định với em."

Tôi ngạc nhiên,

"Thế trước đó chị không biết gì à?"

Chị nói,

"Cũng biết nhưng không nhiều. Anh Nhân như ông thầy tu."

Đã từng gần gũi chị bao năm, nhưng đây là lần đầu tiên tôi thấy chị cháy rực mê đắm. Tôi sung sướng nghĩ, có lẽ chị đã yêu tôi.

*

Tôi đến đất nước này, nếu tính chính xác, đúng sáu tháng bảy ngày.

Nhớ lại, vừa ra khỏi phi cơ, phái đoàn được một quản lý người Việt đón ngay tại *gate,* đưa về một khách sạn cũng do người Việt làm chủ. Chỉ nửa giờ sau, tôi được người quen của Bích Trâm đưa về nhà bà ta. Tôi đoán người đàn bà này là đối tác làm ăn của Bích Trâm. Chẳng hiểu bằng cách nào, hơn tháng sau, người đàn bà trao cho tôi một miếng giấy nhỏ bằng bao thuốc lá màu xanh nhạt, nói,

"Thẻ xanh của cậu đây."

Bà ta giải thích cho tôi hiểu, muốn tạm trú lâu dài trên đất nước này, mọi thường trú nhân đều phải được cơ quan di trú xét và cấp cho một giấy chứng nhận gọi là Thẻ Xanh. Thẻ có giá trị từ năm đến mười năm, trong thời gian này, nếu muốn trở thành công dân Mỹ thì phải thi đậu quốc tịch hoặc lấy một người vợ hoặc chồng là công dân Mỹ. Người có thẻ xanh được hưởng nhiều quyền lợi an sinh (*welfare, housing,* học nghề hoặc chữ miễn phí với trợ cấp ăn ở, mua học cụ nếu xin, đi làm, thi lấy bằng lái xe…).

Tôi hỏi,

"Làm sao tôi có được tấm thẻ này?"

Bà ta cười, nhún vai,

"Đất này là quốc gia pháp trị, luật lệ rất công minh, tuy nhiên không phải không có khe hở. Cậu hiểu chứ?"

Tấm thẻ của tôi thuộc diện kinh doanh, có giá trị mười năm, thời gian này, muốn thành công dân Mỹ tôi phải đáp ứng được một trong hai yếu tố vừa được người đàn bà giải thích, là thi vào quốc tịch hoặc lấy vợ công dân Mỹ, nếu không, sẽ phải quy cố hương. Tôi không mặn chuyện cư trú vĩnh viễn ở đây, dù với khả năng Anh ngữ đã có, tôi thừa khả năng thi vào quốc tịch Mỹ. Tôi chỉ mong trở về để được gặp lại Bích Trâm.

Tôi có một phòng riêng trong ngôi nhà bốn phòng này và không phải trả tiền *share* (tôi đoán Bích Trâm và nữ gia chủ đã có thương lượng riêng). Người đàn bà góa này ở với ba con, đứa lớn nhất, con trai, mười bảy tuổi, đứa thứ hai, cũng con trai, mười một, và đứa thứ ba, con gái, mười tuổi. Chồng chết vì tai nạn giao thông đã tám năm, hiện bà ta sống bằng trợ cấp. Theo tôi đoán, bà ta là đại diện cho Bích Trâm để giao dịch kinh doanh với các cơ sở tại đây. Lẽ ra tôi sẽ thoải mái và có nhiều thời gian, điều kiện lo cho tương lai nếu không bị một trở ngại lớn. Con trai đầu của người đàn bà, có lẽ thiếu sự chăm sóc, dạy dỗ của một người cha, cậu trở nên hư hỏng, học hành bê bối, theo bạn bè ăn chơi, hút sách, lập băng nhóm, mua súng ống. Bây giờ còn nhỏ, chỉ để chơi, chưa có biểu hiện phạm pháp, nhưng tôi tiên đoán vài năm nữa, bọn nhóc này sẽ trở nên nguy hiểm cho xã hội. Vì hút sách, cậu con trai thường xuyên túng thiếu. Người mẹ biết con mình hư nhưng tình thương lấn át lý trí, bà vẫn đều đặn cung cấp phương tiện cho cậu con trai, gián tiếp đẩy cậu ta càng lúc càng lún sâu vào vũng bùn sa đọa. Đến lúc nhu cầu của đứa con tăng cao, người đàn bà không đủ khả năng thì những biểu hiện nguy hiểm bắt đầu ló mặt mà nạn nhân gần nhất là tôi. Một hôm, cậu ta kêu tôi ra sân, nói,

"Em kẹt tiền mua cuốn sách toán, hỏi bà già ngại quá, vì em biết bả không dư giả gì, anh có cho em mượn đỡ hai trăm, thư thả, dành dụm em trả."

Lý do chính đáng, tôi không thể từ chối.

Nhưng lần hai, rồi ba, bốn. Tôi buộc phải lắc đầu, một phần tôi biết tỏng mọi lý do của nó đều là dối trá, phần khác, tôi cũng rách, tiền Bích Trâm cung cấp cũng có hạn, tôi còn đang áy náy, định đi xin việc, thoát khỏi vòng tay bảo bọc của chị, lòng tự trọng không cho phép tôi thế này mãi được. Từ chối của tôi, tất nhiên, đưa đến hậu quả không vui, thằng nhóc nhanh chóng lộ nguyên hình một tay chơi, tuy bây giờ chưa có số má nhưng chắc chắn sẽ có trong tương lai gần. Nó trắng trợn buộc tôi phải đưa tiền, nếu không thì "cút xéo" ra khỏi nhà nó ngay, cưỡng lại, "đừng trách", âu cũng là cơ hội cho tôi ra khỏi vòng bảo bọc của Bích Trâm. Tôi gọi điện thoại tóm tắt nguyên do tôi phải rời khỏi nhà người đàn bà này, nói sẽ tự lo thân, tôi có khả năng và bảo chị đừng lo. Chị nhắn sẽ chuyển gấp cho tôi một số tiền đủ để tôi *share* chỗ ở mới và tiêu pha bước đầu. Tôi không từ chối, nghĩ, đây sẽ là lần cuối, dù sao tôi cũng cần tiền để giải quyết một số tốn kém bước đầu.

Như thế đó, tôi rời nhà người đàn bà đến *share* phòng bà chủ "bắc kỳ kinh khủng", đồng thời xin vào làm việc ở một cơ sở sản xuất *furniture(19)*, công việc không cần tay nghề, chỉ cần sức lao động, tôi còn *young, excess ability(20)*, khuân vác lũ bàn ghế, chuyện nhỏ. Lúc này tôi đã về với Diedre, quan hệ giữa tôi và Diedre rất tốt. Ngoài tình bằng hữu, chúng tôi giúp nhau giải quyết nhiều vấn đề, cả chuyện *sex*.

Nhưng không thể như thế này mãi được, nước Mỹ là đất của cơ hội, khách quan, tôi hội đủ điều kiện để thăng tiến nhanh: trẻ, Anh ngữ khá, tri thức tốt.

Tôi ghi danh theo học tại một *community college) (21)*, ngành điện toán, một ngành dễ tìm việc khi ra trường. Tôi vẫn duy trì chỗ làm cũ, chỉ xin chuyển qua bán thời gian và được chuẩn thuận.

Tại trường, tôi làm quen với một cô bé đồng hương. Cô bé mới theo gia đình sang Mỹ định cư vừa tròn hai năm, còn đậm chất Việt, yểu điệu thục nữ và nói năng mềm mỏng dịu dàng, khác xa các em cùng trang lứa sinh trưởng ở Mỹ, mạnh mẽ, tự tại, năng động, một "con nai vàng ngơ ngác", hiểu theo nghĩa rất lành, chẳng biết gian dối, lươn lẹo, đen trắng nhập nhòa.

Cái chất "thuần Việt" của cô bé làm tôi chú ý, nhan sắc trung bình nhưng rất có duyên nhờ da trắng và nụ cười khoe hai má lúm đồng tiền.

Thảo, tên cô bé, đến trường bằng xe *bus*. Tôi ngạc nhiên, hỏi,

“Em không có xe?”

Thảo trả lời,

“Em sợ lái xe.”

Tôi lại hỏi,

“Em biết lái?”

Thảo nói,

“Dạ biết, em đã học, đã có bằng lái.”

Tôi thắc mắc,

“Vậy tại sao?”

Thảo cười,

“Em sợ.”

Thảo kể, đã mua được một chiếc xe đời cũ còn khá tốt, định lấy bằng lái để đi học, nhưng buổi tối vừa lấy được bằng, bà dì chở đi công việc bằng chiếc *truck* to đùng của bả, ngang qua khu Mễ, một bà già dẫn một em nhỏ băng qua đường chỗ không có vạch trắng. Đường nhỏ, trời tối, bà già và em nhỏ lại mặc quần áo sẫm màu, bà dì không thấy, vẫn giữ nguyên tốc độ, Thục thấy chiếc xe nhảy lên và cùng lúc, nghe một tiếng “bụp” khá lớn. Chiếc xe chao nghiêng, chúi vào lề, bà dì và Thảo vội xuống xe. Trên mặt đường, hai xác người máu lênh láng, đầu bà già nát bấy là tiếng “bụp” mà Thảo đã nghe, em bé bị bánh xe cán ngang bụng, ruột gan phèo phổi trào ra tứ phía. Tuy chết hai mạng người nhưng bà dì không có lỗi, không bị tù tội vì hai nạn nhân đã băng qua đường nơi không có vạch trắng. Nhưng sau hôm đó, mỗi lần lên xe định lái là tự nhiên Thảo run bắn người, hình ảnh hai cái xác, máu me, ruột gan phèo phổi vung vãi, hiện rõ mồn một trong đầu, không làm sao chế ngự được cơn sợ, đành đi xe *bus*.

Tôi nói,

"Sợ thật. Nhưng ở Mỹ không lái xe được coi như què, phải tính cách nào chứ."

Thảo nói,

"Tính cách nào bây giờ. Hy vọng thời gian giúp em quên dần biến cố, sẽ bình thường lại."

Tôi nói,

"Phải thi bằng lái lần nữa, mệt đấy."

Thảo nói,

"Đành chịu vậy, nhưng cũng tốt thôi, cơ hội để mình tái trắc nghiệm."

Thân tình giữa tôi và Thảo nhanh chóng trở nên khắng khít từ lúc Thảo bằng lòng cho tôi làm tài xế đưa đón Thảo đến trường, dẫn tới kết quả đương nhiên, Thảo ngả vào vòng tay tôi.

Chúng tôi yêu nhau. Đúng hơn, Thảo yêu tôi. Còn tôi, vẫn yêu người tình hơn tôi trên một con giáp ở nửa vòng trái đất bên kia. Cuộc đời thực lạ. Chính tôi, kẻ trong cuộc cũng không hiểu tại sao như thế.

Bích Trâm, giải thích hộ em hiện tượng này. Kẻo có người sẽ dùng phân tâm học quái quỷ gì đó, lý giải rối rắm rồi kết luận, trong dĩ vãng, từ ấu thơ, hay trong tiềm thức, tôi đã yêu một người nữ lớn tuổi, chẳng hạn… mẹ tôi (theo ông Sigmund Freud, cái này gọi là mặc cảm *Oedipus*, tên một ông vua trong thần thoại Hy Lạp, đã giết lầm cha và cưới mẹ mình làm vợ, Freud dùng để đặt tên cho một mảng triết thuyết của ông). Thực ra, nhờ Bích Trâm giải thích chỉ là cái cớ để tôi được nhắc đến tên chị. Tôi không cần lý giải nào hết, tôi yêu Bích Trâm, chấm hết, không lôi thôi, không phân tích vớ vẩn, tất cả chỉ là trò tung hứng chữ nghĩa, triết với lý, mệt.

Đi đâu, nhắc đến ai, làm gì, cuối cùng rồi cũng dẫn về chị, nhiều khi tôi lẩn thẩn nghĩ, chị như ngọn hải đăng, dẫn đường cho bao con tàu thuộc nhiều quốc gia vào bến.

Bích Trâm, em yêu chị.

Câu này tôi đã nói hàng nghìn lần, và sẽ còn nói nữa, cho đến ngày nhắm mắt lìa đời.

*

Tôi nói với Diedre,

"Hôm nay anh không ăn tối, *sorry*."

Diedre hỏi,

*"Why?"*

Tôi nói,

"Anh hẹn đi ăn với bạn gái?"

Diedre tròn mắt, ra vẻ ngạc nhiên,

"*Girlfriend(23)*, anh tìm thấy từ bao giờ sao em không biết?"

Tôi nói

"Bạn học cùng lớp với anh."

Giedre hỏi,

*"Fellow citizen?"(24)*

Tôi nói,

"*Yes*, Việt Nam mới qua."

Diedre cười,

*"Congratulations."(25)*

Tôi ra *parking* lấy xe lên *freeway* đến thành phố kế, nơi gia đình Thảo đang sống. Đến chỗ giao lộ giữa hai *freeway*, G và N vẫn như mọi ngày, mọi lúc, cảnh kẹt xe khiến tôi không kìm được tiếng chửi thề, tuy nhiên đã qua giờ tan tầm, hiện trạng cũng không trầm trọng quá, nghĩa là xe cộ vẫn có thể chuyển dịch, dù rất chậm.

Thảo đón tôi ngoài sân, hỏi khi tôi vừa xuống xe,

"Kẹt xe không anh?"

Tôi trả lời,

"Có nhưng không nặng lắm, nếu đi chừng hai tiếng trước, chắc khùng luôn."

Tôi vào nhà, bố mẹ Thảo đang ngồi xem TV ở *sofa*. Tôi cúi đầu,

"Thưa hai bác."

Bà mẹ vồn vã,

"Cậu đến chơi."

Tôi nói,

"Vâng ạ."

Ba Thảo mỉm cười, tuy vui vẻ nhưng không nói gì. Khác với lần gặp đầu tiên, tôi nhận thấy ông mập và trắng hơn, nhất là khoang bụng, nở lớn.

Thảo nói,

"Từ ngày đến Mỹ, ba em trở thành đệ tử trung thành của *Heineken*, mỗi ngày tối thiểu ba lon."

Tôi cười,

"Thảo nào bụng ông trương nở như vậy."

Bà mẹ nói thêm vài câu xã giao trước khi cùng chồng rút vào trong, nhường phòng khách cho chúng tôi.

TV vẫn hoạt động, đang giờ "bình luận thời sự" của một trong nhiều kênh truyền hình Việt Nam. Chương trình này do một ông già tự xưng là "giáo sư" phụ trách, nói năng rổn rảng, đao to búa lớn, ngôn ngữ luôn ngùn ngụt lửa căm thù khi đề cập đến kẻ địch. Ngày mới đến Mỹ, tôi đã nghe ông này cùng nhiều đồng nghiệp của ông ta ở nhiều kênh khác, tự hỏi với loại ngôn ngữ khoác lác này họ thuyết phục được ai. Nhưng sau một thời gian, tôi dần hiểu ra, họ rất "ăn khách" vì có một bộ phận không nhỏ người Việt hải ngoại "chẳng đội trời chung" với kẻ địch, bất cần đúng sai, miễn chửi được hoặc nghe chửi là "sướng" rồi. Tôi thấy họ, kẻ nói người nghe, thực bệnh hoạn. Cái sướng của họ tựa cái sướng của kẻ đói *sex*, tự thỏa bằng cách thủ dâm. Bộ phận này cũng từa tựa thành phần chống địch bằng bàn phím trên *online*, tha hồ chửi, ở ta ở Tây, ở Mỹ ở Úc, thậm chí ở ngay trong lòng địch nhưng có ô dù lớn, làm gì được nhau! Tội nghiệp và đáng thương. Theo sách vở y khoa thì thủ dâm tuy an toàn, không sợ bể ống khói vì giang mai, lậu mủ, ếch yết, nhưng nếu lạm dụng thái quá, nguy cơ liệt dương cao.

Thảo nói,

"Anh ngồi xem TV, đợi em thay đồ."

Tôi dùng *remote* chuyển kênh, hình như hôm nay có trận thư hùng bên Âu Châu, Thụy Điển với Phần Lan. Một đài Mễ "chuyên trị" bóng đá, tôi tình cờ mò thấy và thường xuyên vào. Thay vì xem mấy ông già lên gân cứu nước bằng nước bọt, mất thì giờ, thêm bực mình, coi thiên hạ giành nhau trái bóng da, vui hơn.

Tôi đưa Thảo đến một quán cà phê trên đồi. Ở vị trí này có thể nhìn bao quát hoạt cảnh bên dưới. Buổi tối, ngắm từ trên cao, thành phố đẹp một cách kỳ ảo, ánh sáng như nghìn vạn chòm sao vào những đêm trời trong, giăng giăng ngang dọc.

Tôi nói với Thảo,

"Quán cà phê này là một trong những địa danh nổi tiếng của quận hạt."

Thảo nói,

"Nhờ địa điểm, chứ em thấy thức uống cũng vậy."

Tôi nói,

"Đúng, thực ra thức uống chẳng quan trọng, người ta lên đây chủ yếu để ngắm thành phố."

Ánh sáng quán được thiết kế khéo léo, không quá sáng thành trơ trẽn nhưng cũng không tù mù kiểu cà phê hoặc bia ôm đèn mờ đầy tà ý của Sài Gòn. Thứ ánh sáng tạo cảm giác ấm cúng, thân mật, rất thích hợp cho những cặp tình nhân bù khú hoặc bạn bè đàm đạo.

Thảo thanh nhã trong bộ quần áo màu sáng giản dị, áo

*chemise* dài tay bỏ ngoài quần, chiếc áo nỉ khoác ngoài, tóc ngang vai, mặt trang điểm kín đáo, gần như để mộc, nhìn Thảo, tôi nhớ những nữ sinh thời trung học, áo dài trắng, cặp ôm trước ngực, sân trường đông vui, tiếng nói cười… . Chẳng lâu gì, chưa đến mười năm, nhưng sao tôi thấy như đã thuộc về một thế giới khác. Ngày ấy tôi phải lòng một cô bé vóc người nhỏ nhắn, ngăm đen, mắt một mí, môi mỏng, lưỡng quyền cao, ngực chỉ mới nhu nhú, nhìn chung, cô bé không đẹp, lại có vẻ… phù thủy, vậy mà chả hiểu sao tôi lại chết mệt vì cô bé. Vốn ham chơi, học dốt, "tiếng sét ái tình" đến sớm, càng làm sự nghiệp đèn sách của tôi xuống dốc không phanh, thê thảm, nguy cơ ra đường bán vé số đến gần. Cũng may, có lẽ nhờ phước đức ông bà, gia đình nàng chuyển ra Trung do yêu cầu công tác của ông bố. Mất gần ba tháng dở sống dở chết, tôi… hồi dương, học hành vẫn dốt nhưng chưa đến mức tận cùng. Khi vào đại học, không có môn nào xuất sắc, mọi khoa đều chê, đành chọn văn khoa! Sau này khi đã thành nhà văn, gẫm lời bạn bè thường dè bỉu: bọn nhà văn nhà báo thường vô tài bất tướng, chẳng làm nên trò trống gì ngoài nói phét, y chang!

Thảo có vẻ lo cho tương lai, nàng nói cha mẹ đã già, tiếng Anh tiếng u không có, nên không thể đi làm, phải vin vào trợ cấp xã hội. Em, hai năm nữa mới ra trường, thêm lái xe không được, chẳng hiểu rồi sẽ ra sao.

Tôi nói

"Em khéo lo, chắc mới qua còn bị ám ảnh bởi chuyện áo cơm ở Việt Nam. Đất này giàu có, vấn đề an sinh xã hội rất chu đáo, nhiều gia đình di dân sống bằng trợ cấp xã hội, ở *housing* suốt đời, vẫn phây phây, quần là áo lượt, xe pháo bảnh chọe, mỗi năm về Việt Nam ít nhất một lần, le lói như đại gia. Em cứ an tâm học hành, muốn học cao thế nào cũng được, chính phủ lo trọn gói, em chẳng những không tốn một xu, trái lại còn được trợ cấp ăn ở nếu muốn."

Thảo nói,

"Em cũng biết vậy nhưng vẫn lo lo thế nào."

Tôi nói,

"Anh đã nói, em bị quá khứ ám ảnh, vài ba năm nữa, ký ức về Việt Nam nhạt dần, em sẽ thích nghi với môi trường mới, hết lo."

Thảo nói,

"Em hy vọng thế."

"Bị quá khứ ám ảnh" là căn bệnh phổ biến của lớp di dân Việt Nam sau chiến tranh.Tôi nghĩ đến những người lớn tuổi, những người đã có một quãng đời dài hệ lụy với miền Nam xưa, nhất là thành phần có chức quyền, danh phận, tài sản, họ không quên quá khứ, luôn bị quá khứ ám ảnh, khiến cho suy nghĩ, ngôn ngữ, hành động của họ bị méo mó lệch lạc, rất đáng thương. Như dòng sông lớn, lịch sử vẫn băng băng về phía trước, cuốn trôi, nhận chìm bao nhiêu thành quả, rác rưởi, tốt lẫn xấu. Một vài mươi năm nữa sẽ chẳng còn gì, hoặc còn chăng, cũng là chỉ vài ba trang viết đề cập đến một giai đoạn quá phần của đất nước, cái đất nước có những bốn nghìn năm phù trầm, hưng vong, nghĩa lý gì hai mươi năm chiến tranh và ngót nửa thế kỷ hận thù kéo dài. Quãng thời gian là quá nhỏ so với dòng chảy lịch sử.

Tôi hỏi Thảo,

"Em đói chưa, chúng ta đi ăn?"

Ann  Phong - Thiên thần dưới biển

Thảo nói,

"Ở đây không có thức ăn sao anh?"

Tôi nói,

"Có, nhưng thứ nhất đồ ăn Mỹ chắc không hợp khẩu vị em, thứ hai, chỉ có thức ăn nhẹ, thích hợp cho điểm tâm. Mình về khu Việt Nam, tha hồ húp nước mắm."

Thảo cười,

"Anh nói nghe ghê."

Tôi nói.

"Em chưa trả lời câu hỏi của anh, đói chưa?"

Thảo nói,

"Đói, em muốn ăn bún chả."

Tôi nói,

"Ok."

Chúng tôi rời quán. Gió lộng. Khí hậu trên cao khá lạnh dù đang mùa hè.

Quãng đường từ quán cà phê về khu Việt Nam chỉ hai mươi phút. Tiệm bún chả lúc nào cũng đông khách, mùi thịt nướng ngập không khí. Tôi nhìn bồn cá khổng lồ chiếm gần trọn lối vào từ khuôn cửa kính hai cánh lớn. Bồn cá có lẽ thay bức bình phong thường thấy ở các nhà hàng Tàu. Nước biển, cá đủ sắc màu tung tăng bơi lội, biểu tượng của thành quả tiền vô như nước, phước lộc dồi dào. Có lẽ đây là tác phẩm của ông thầy phong thủy nào đó. Nghề này làm ăn rất vượng trong cộng đồng Việt, hàng quán nào, từ nhỏ đến lớn, từ hèn đến sang, tiệm vàng, tiệm quần áo, giày mũ, văn phòng bác sĩ, luật sư, nhãn khoa, nha khoa, tiệm ăn, tiệm phở, tiệm *food to go*, tiệm bánh mì thịt nguội, tiệm chè, tiệm nước mía, tiệm đậu hũ chiên… , hết thảy đều có một thầy phong thủy cố vấn. Có cô họa sĩ tốt nghiệp trường lớp hẳn hoi, nhưng vẽ tệ, tranh chẳng ai mua, bèn chuyển qua phong thủy. Cô này có máu kinh doanh và khá ma mãnh, nghĩ ra chiêu "kết hợp nhuần nhuyễn" giữa nghệ thuật và phong thủy. Cô vẽ một số tranh có núi cao, biển rộng, hoa lá cỏ cây xanh đỏ tím vàng vui mắt, cả những bức được dán bằng tiền năm *cent*, mười *cent* chất đầy giỏ mây cao có ngọn, tượng trưng tiền bạc thừa mứa, rồi lên đài truyền hình Việt Nam nổ vung thiên địa rằng sau nhiều năm nghiên cứu, cô phát hiện có tương quan nhân quả giữa tác phẩm nghệ thuật với tuổi tác, bổn mệnh mỗi người. Tuổi này, bổn mệnh này nếu trong nhà treo một bức tranh có núi cao sông rộng, ắt phát tài. Tuổi kia, bổn mệnh kia, tiệm bánh mì thịt nguội sẽ buôn may bán đắt, tiền vô đếm không kịp nếu bức tường nhìn ra đường treo bức tranh giỏ tiền xu cao có ngọn, tuổi nọ…, cứ thế, cô tán hươu tán vượn. Song song, cô nhờ một số chủ hàng quán quen rỉ tai, đồn đãi rằng cô tuổi trẻ tài cao, biết kết hợp cái huyền vi của phong thủy với nghệ thuật tạo hình. Một, rồi hai, ba…, tiếng lành đồn xa. Cô trở nên nổi tiếng, thân chủ đông đúc, vừa vồ được tiền coi bói vừa bán được tranh, giá hẳn nhiên trên trời. Riêng tôi, nói thực một cách công tâm, tranh cô ta cho không, tôi cũng chẳng thèm lấy. Cô này, chắc trong trường, quán quân đội sổ!

Thấy tôi thừ người im lặng, Thảo hỏi,

"Anh nghĩ gì mà đực mặt ra thế?"

Tôi nói,

“À, anh đang nghĩ có lẽ anh sẽ chuyển nghề.”

Thảo tròn mắt,

“Chuyển nghề?”

Tôi cười,

“Anh sẽ làm thầy phong thủy.”

Và kể Thảo nghe chuyện cô họa sĩ.

Thảo gục gặc đầu khen cô họa sĩ tài cao, cũng như ý hướng chuyển nghề của tôi rất hợp... phong thủy.

Thảo tán thành nhiệt liệt, tuy nhiên,

“Được đấy, ý hay, nhưng khoan đã, đói, nghe mùi thịt nướng càng đói thêm, ăn đã rồi tính.”

Chúng tôi vừa ăn vừa tán chuyện bao đồng, từ phong thủy sang bún chả, bún vịt xáo măng, mì quảng, phở tái, cuối cùng là chuyện nghiêm túc, học hành và những dự phóng tương lai. Thảo nói, chương trình học không căng lắm, chỉ là trình độ Anh ngữ của Thảo còn kém nên hơi vất vả, tuy nhiên nàng vẫn theo kịp. Tôi khích lệ Thảo, nói sẽ quen dần, rồi mọi sự sẽ đâu vào đó.

*

Diedre đi làm về. Chưa bước chân qua ngưỡng cửa đã oang oang,

“Huan, Huan.”

Tôi lên tiếng,

“Gì thế?”

Diedre nói lớn,

"Thay đồ, đi ăn, hôm nay em đãi."

Tôi hỏi,

"Chuyện gì vậy?"

Diedre nói,

"Đi, em sẽ nói, đói lắm rồi."

Chúng tôi đến một quán ăn nhỏ trên đường B.... Quán có cô tiếp viên người Nhật rất dễ thương, từ nhân dáng đến phong cách lẫn giọng nói như chim, thánh thót, líu lo. Tôi thường tìm cách hỏi linh tinh để được nghe cô trả lời.

Trong lúc dùng bữa, Diedre cho biết, tháng sau sẽ sang Thụy Điển để bàn tính với vị hôn phu chọn ngày tổ chức đám cưới. Hai năm quen biết, hàng ngày gặp nhau trên không gian ảo, mỗi năm một, hai lần gặp mặt thực sự ngoài đời, họ quyết định đến với nhau. "Nàng" sẽ theo "chàng" dìa dinh là xứ Thụy Điển quan san vạn lý. Tôi biết đã có rất nhiều mối tình nảy nở trên không gian ảo, dẫn đến những kết hợp đẹp. Nhưng tôi cũng biết qua cây cầu "ô thước" này, phát sinh vô số tệ nạn. Lấy Việt Nam làm ví dụ, đã có nhiều cuộc hôn nhân giả, trả bằng vài mươi nghìn đô đưa chàng hoặc nàng sang Mỹ. Bằng cách nào? Qua *phone, email* hoặc *messenger* của *facebook*, người ta trao đổi, liên lạc, mặc cả, chàng (hoặc nàng) được thân chủ mua vé bay về Việt Nam gặp chàng (hoặc nàng) và người thân, tổ chức một đám cưới giả để chụp hình quay phim, sau đó chàng (hoặc nàng) vào tòa đại sứ Mỹ trình chứng cứ và đợi ngày có giấy phép đưa vợ (hoặc chồng) dìa dinh. Ngoài cách xuất ngoại có vẻ hợp pháp kia, còn hàng trăm chuyện tiêu cực phát sinh từ cây cầu Ô Thước này. Quyến rũ những cô gái nhẹ dạ, buôn người, lừa gạt tình, tiền, nhà, đất…. Nói chung, không gian ảo đem đến cho nhân loại bao nhiêu lợi ích, nhưng cũng không ít tệ trạng tiêu cực.

Diedre tâm sự,

"Lấy chồng, đó là điều bất cứ người đàn bà nào cũng muốn, bởi như anh biết, tuổi tác sẽ khiến đàn bà nhanh chóng già đi, xấu ra, bấy giờ chỉ còn duy nhất người chồng là chịu cùng song hành đến cuối đời. Vả lại, sinh con đẻ cái là chức năng thiêng liêng thượng đế giao phó cho người đàn bà, để duy trì sự sống, chức năng này đã trở thành bản năng, không người đàn bà nào không mong được làm mẹ. Em không ngoại lệ, mong có chồng, có con, có một gia đình, một mái nhà."

Tôi nói,

*"I'm ok with you hundred percent, hope you are satisfied."(26)*

Diedre cầm tay tay tôi trên bàn bóp nhẹ,

*"Thank you, my best friend."(27)*

Tôi nhìn Diedre, nhận thấy trước mặt tôi vẫn khuôn mặt đó, dáng vẻ đó, nhưng dường như không phải là của Diedre hôm qua, hôm kia, thậm chí nửa giờ trước đây. Phong cách ngổ ngáo, phóng túng, bất cần thường ngày đã biến mất, Diedre bỗng hóa thân, trở lại con người thực của mình. Con người thực của Diedre, như thế nào nhỉ? Một cô bé váy đầm xòe, sơ mi trắng, niềng răng, giày ba ta, ba lô sách vở trên lưng, tóc cột đuôi ngựa, đứng lóng ngóng đợi chiếc *school bus* ghé đón như mọi ngày. Không hiểu sao hình ảnh cô bé học trò lại hiện ra trong đầu khi nghĩ đến con người thực của Diedre.

Tôi uống nốt phần cà phê rồi gọi tính tiền.

Diedre nói,

"Hôm nay em mời mà."

Tôi cười,

"À..."

Chúng tôi về đến nhà thì đêm đã xuống từ lâu. Diedre nói,

"Em đi tắm, lát nữa mình mang chai rượu ngon của Pháp hôm trước em mang về, anh với em say một bữa."

Tôi hỏi,

"Chai rượu nào?"

Diedre nói,

"Anh quên rồi à, chai *Chateau d'Ourbenac* kia kìa."

Diedre chỉ tay trên nóc tủ lạnh. Chai vang đỏ "rất ngon" của Pháp Diedre lấy từ quán *Hope* vẫn yên vị ở đấy từ lúc mang về. Cả hai đều quên.

Diedre vào *bathroom,* một lát trở ra, tóc còn ướt, người quấn hờ khăn lông, quay về phía tôi, nói,

"Anh cũng tắm đi."

Diedre mang chai rượu vào giường, đợi tôi tắm xong, khui nắp, tiếng nổ dòn,

"Hôm nay anh em mình sẽ say một trận ra trò."

Tôi ngạc nhiên,

"Uống trên giường à?"

Diedre nói,

"Vậy mới thú."

Tôi hỏi,

"Ly đâu?"

Diedre trả lời cần gì ly rồi vỗ vỗ trên mặt nệm bảo tôi lên ngồi đối diện.

Chúng tôi uống "chay", không mồi, không ly, theo kiểu "giang hồ", thay nhau ngửa cổ nốc ừng ực.

Một lát, Diedre vất bỏ khăn tắm, khỏa thân, nói,

*"You too, take your clothes off."(28)*

Tôi hỏi,

"Ai bày em trò này vậy?"

Diedre nói,

"Chẳng ai bày cả, uống rượu như vầy, thích chứ."

Chai rượu đã vơi gần hai phần ba, máu trong người hình như chảy mạnh hơn, đẩy sự hưng phấn của hai chúng tôi lên cao, hình ảnh khỏa thân của Diedre trở nên hấp dẫn hơn, mời gọi hơn.

Tôi vọt miệng,

"Em ngon quá."

Diedre đứng dậy, bước đến trước mặt, dạng chân kéo đầu tôi vào sát,

"Ngon thì ăn đi."

Một lát, Diedre đẩy tôi ngả dài trên mặt nệm, leo lên và chủ động suốt cuộc giao hoan. Trong hơi thở gấp, Diedre hỏi tôi,

*"You happy?"*

Tôi nói,

*"Yes. I'm so happy."*

Từ hôm đó đến ngày lên đường, đêm nào Diedre cũng đòi tôi *make love*, tôi nói,

"Bộ em muốn anh chết sao?"

Diedre nói,

"Anh dễ gì chết, em chỉ muốn anh nhớ em."

Tôi nói,

"Đâu cần *make love* liên miên mới nhớ."

Diedre cười,

"Thực ra em muốn làm tình với anh, bởi em biết sẽ không còn dịp nào nữa."

Tôi nói,

"Em còn về Mỹ mà, mình còn gặp nhau."

Diedre nói,

"Không, sau này em sẽ không ân ái với bất cứ ai ngoài chồng em."

Tôi nói,

"Nếu giữ được như thế, tuyệt."

Diedre đi, căn chung cư một mình tôi làm chủ, tiền *rent* đắt so với thu nhập, nhưng tôi không muốn tìm người *share*, mất tự do. Để giải quyết vấn đề, tôi xin làm thêm ca tối từ sáu giờ đến mười giờ tại một quán ăn của người bản xứ. Lương chính thức chỉ tối thiểu, lại phải trừ thuế. Nhưng bù lại, có thêm tiền *tip*, khá tốt. Buổi sáng đến trường, buổi chiều khuân vác đồ nội thất, buổi tối bưng bê thức ăn, nước uống, tôi phờ phạc, ngất ngư. Nhưng vẫn phải cố, tự nhủ, gắng vài năm, ra trường, sẽ đổi đời.

Tôi không cho Thảo biết chỗ ở, ngại Thảo sẽ tìm thấy bằng chứng tôi đã sống với một người nữ, mất công tìm cách thanh minh thanh nga. Một lần Thảo hỏi, tôi nói thác đang *share* phòng ở một gia đình rất khó, tôi không muốn bị Thảo theo dõi, hạch hỏi lôi thôi.

Tôi và Thảo đã đến giai đoạn cuối năm thứ ba của học trình. Chúng tôi đã đi được ba phần tư đoạn đường, ngày ra trường không còn xa.

Thỉnh thoảng Diedre gọi điện thoại thăm hỏi. Nàng nói mọi chuyện tốt đẹp, cuộc sống khá thoải mái và hạnh phúc, nàng cũng cho biết đã có thai.

*

Thời gian qua nhanh, Thảo vững vàng hơn xưa nhiều về mọi mặt. Nàng đã lái được xe, có thể đến trường và mọi nơi một cách thoải mái. Nghĩ về chuyện cũ, Thảo cười vui, "Em vẫn tưởng sẽ không bao giờ lái được xe, nhưng rồi cái gì cũng quen, trên xứ sở này, xe là đôi chân, và tai nạn giao thông là chuyện quá thường, có mấy ai chưa từng nhận một vài *ticket* của cảnh sát?". Tiếng Anh của Thảo cũng không còn là trở ngại trong giao tiếp, học hành, sinh hoạt, Thảo hội nhập gần như hoàn toàn vào môi trường mới. Cô thiếu nữ dịu dàng, nhỏ nhẹ, phong cách đậm chất Việt Nam ngày mới đến, nay đã lột xác mạnh mẽ, đi đứng nhanh nhẹn, nói năng tự tin hơn. Ở Việt Nam, gia đình Thảo không khá giả, tất cả sống nhờ vào sạp tạp hóa của bà mẹ ngoài chợ và thỉnh thoảng nhận thùng quà nho nhỏ của cậu con trai trưởng vượt biên vài năm trước, còn đang đi học nên tiền bạc chưa mấy khá (cậu này là người bảo lãnh gia đình Thảo sau này). Cha Thảo thì một năm thất nghiệp hơn sáu tháng, ba miệng ăn tuy không đói nhưng luôn trong tình cảnh giật gấu vá vai. Lớn lên trong môi trường đó, Thảo dần nung nấu cho mình một quyết tâm, bằng mọi giá đổi đời, thoát khỏi túng thiếu áo cơm. Đến Mỹ, đất của cơ hội, bước đầu vì mặc cảm, thiếu tự tin, Thảo lo sợ mọi thứ, nhưng quen dần, rồi thích nghi, Thảo lại ước mơ. Con chim rời khỏi tổ, bầu trời mênh mông, thỏa sức cho đôi cánh, ban đầu còn yếu nhưng nhanh chóng cứng mạnh giúp Thảo bay xa, bay nhanh.

Năm cuối cùng đã hết, chúng tôi ra trường, các công ty vào tuyển nhân viên. Những người xuất sắc thì được các công ty lớn chiếu cố, hạng trung bình và thấp dành cho những cơ sở vừa và nhỏ, chúng tôi được chọn bởi hai công ty trung bình. Thảo may mắn hơn, giám đốc công ty là người Ấn Độ, trung niên, có vợ nhưng đã ly dị ba năm trước, ông ta đang tìm vợ mới, cô nhân viên vừa ra trường lại hợp nhãn ông ta. Tuy chẳng còn son trẻ, lớn hơn Thảo mười lăm tuổi, nhưng bù lại, có một gia tài đồ sộ, ngoài công ty điện tử, ông ta còn một khu chung cư cao cấp hai mươi sáu căn, cho thuê, thu nhập hàng năm không dưới sáu trăm nghìn đô. Chỉ bốn tháng kể từ ngày vào làm, Thảo được người đàn ông ngỏ lời xin kết đôi. Không cân nhắc lâu, Thảo chấp nhận đến với ông ta, họ nhanh chóng thành vợ chồng bằng một đám cưới sau ba tháng chuẩn bị. Trước ngày cưới một tuần, Thảo gọi điện thoại cho tôi, hẹn gặp lần cuối tại một trong nhiều địa điểm quen thuộc mà chúng tôi vẫn đến bao lần trong suốt bốn năm nay, đó là một thị trấn duyên hải, cách thành phố chúng tôi đang sống bảy mươi *miles*.

Tôi đến đón Thảo tại nhà nàng. Cha mẹ Thảo vẫn vậy, vẫn lãnh trợ cấp và vẫn thỉnh thoảng về Việt Nam thăm bà con, bạn bè. Nói chung, họ bằng lòng với hiện tại, tuy không sung túc nhưng an tâm. Thảo khác hẳn với thời kỳ đầu bốn năm trước, *chemise* lụa dài tay cài khuy màu mỡ gà bỏ trong váy nâu nhạt, tóc thời thượng ngang vai, nhuộm nâu đen, tai đeo hai chuỗi hạt đá quý dài gần ngang cằm lấp lánh, mắt kẻ mí xanh đen, môi thoa son đỏ, chân mang giày da bóng màu nâu sẫm. Nhìn Thảo bây giờ, khó hình dung ra nổi hình ảnh cô gái đậm chất Việt Nam e ấp, dịu dàng, giản dị xưa kia.

Tôi nói,

"Em càng ngày càng đẹp."

Thảo cười nhẹ không trả lời, lặng lẽ vào xe.

Chúng tôi khởi hành, trời bắt đầu chạng vạng, xe cộ trên đường đã mở đèn. Tôi lên xa lộ, hướng về vùng ven biển. Địa danh này khá nổi tiếng nhờ bãi tắm đẹp và an toàn với triền cát vàng chạy dài dọc chân sóng dễ chừng cả chục *miles*, với nhiều ghềnh đá chập chùng ngoạn mục. Tôi hạ thấp kính cửa, gió luồn qua khe hở mát lạnh. Chiếc xe giảm tốc độ đi vào con lộ nhỏ dẫn đến khu hotel cũ, tôi lấy phòng, may mắn, cũng vẫn là căn phòng số 319, có cửa sổ nhìn xuống bãi đá ì ầm sóng vỗ, có mặt biển xanh mênh mông tiếp giáp đến tận chân trời, cuồn cuộn màu mây trắng. Thảo ngả người xuống mặt nệm, giang rộng tay, ngửa mặt nhìn trần nhà.

Thảo nói, như với chính mình,

"Đã ba năm."

Tôi cũng nằm xuống bên cạnh Thảo, nói,

"Trên mặt nệm này lần đầu tiên chúng ta khám phá nhau."

Thảo cười,

"Anh khám phá em chứ sao lại chúng ta."

Tôi nói,

"Nếu em không hợp tác anh nào làm được gì."

Thảo xoay người ôm tôi, nói,

"Thôi bỏ chuyện cũ đi, em sẽ cùng anh trọn đêm nay trên chiếc giường này một lần nữa."

Tôi nói, giọng không vui,

"Để vĩnh viễn không còn lần nào nữa phải không?"

Thảo im lặng một lúc lâu rồi nhẹ giọng,

"Em yêu anh nhiều lắm, mong được làm vợ anh. Nhưng em biết sẽ không bao giờ ước muốn của em thành hiện thực, giản dị, bởi anh có yêu em, nhưng tình yêu không đủ nặng để anh xem chuyện sở hữu em là điều cần thiết. Làm đàn bà chỉ có một thời, em đã hai sáu, chẳng mấy chốc tuổi trẻ sẽ qua, dù muốn dù không, em cũng phải có gia đình trước khi quá trễ, em nhận lời lấy Norman hẳn anh thừa hiểu không phải vì yêu, nhưng anh ấy là một bến đỗ an toàn, em an tâm, ba mẹ cũng an tâm. Hôm nay, là đêm cuối, em sẽ cháy đỏ tận cùng với anh, như món quà kỷ niệm em trao cho anh, trước khi về làm vợ Norman."

Nói xong Thảo ngồi dậy, đưa tay chậm rãi mở khuy áo của tôi, tiếp,

"Mình tắm chung nhé?"

Gần như trọn đêm chúng tôi không ngủ. Những trận tình tiếp nối, Thảo cuồng nhiệt, đắm say, tôi cũng bị cuốn vào vòng xoáy đam mê do Thảo tạo ra. Sau cuộc ân ái đầu tiên, Thảo nằm gối đầu trên cánh tay tôi, hôn dài khắp vùng ngực, cắn vào bả vai tôi,

"Sẽ không bao giờ nữa em có được giây phút này."

Tôi nói,

"Anh thành thật mong em hạnh phúc."

Thảo nói,

"Hạnh phúc thì chưa biết, nhưng bình yên thì chắc."

Tôi nói,

"Thế là ổn rồi, hạnh phúc nếu chưa có, tất sẽ có khi những đứa con ra đời."

Thảo nói,

"Em hy vọng thế."

Tôi phủ lên người Thảo, ngậm một bầu vú, nói,

"Anh sẽ nhớ bầu vú này."

Thảo ưỡn người,

"Chỉ nó thôi sao?"

Tôi nói,

"Dĩ nhiên không chỉ nó mà tất cả những gì trên thân thể em."

Thảo dạng rộng hai chân, ôm đầu tôi đẩy xuống, nhỏ giọng,

"Em muốn thấy anh yêu *baby*."

Tôi làm theo yêu cầu của Thảo khiến nàng không ngớt chuyển động hạ thể, thở dồn dập và rít dài,

"Anh ơi, anh ơi, anh ơi…"

Bỗng Thảo ôm đầu tôi siết mạnh, giật nẩy hối hả, tôi biết nàng đang lên đỉnh. Một cơn rùng mình chạy qua thân thể, khiến Thảo chao đảo như muốn ngã. Một lúc, cao trào dần hạ, động tác chậm dần rồi dừng hẳn, nàng nhìn xuống, âu yếm,

"Em sẽ nhớ, mãi mãi sẽ nhớ hình ảnh này."

Đêm rồi cũng qua, ngày sắp đến, bóng tối nhạt dần, mặt trời đỏ ối nhô lên khỏi mặt biển, những dải mây màu cam vắt ngang, phản chiếu xuống mặt nước lung linh. Tôi ra đứng cạnh cửa sổ nhìn cảnh tượng rực rỡ của buổi rạng đông, phía sau tôi, trên chiếc giường rộng chăn mền nhàu nhĩ, Thảo đang say giấc. Khuôn mặt nhạt phấn, vành môi cũng không còn đỏ màu son, mái tóc rối chảy tràn ra mặt nệm, khuôn ngực với hai bầu vú nhọn, bụng lên xuống nhẹ theo hơi thở, hông rộng, hai đùi dạng thoải mái, thảm cỏ trên gò lóng lánh dưới ánh sáng tràn qua khung cửa. Tấm thân này, chỉ lát nữa thôi, khi trở lại thành phố, sẽ không còn là của tôi nữa. Bất giác tôi cảm thấy buồn buồn. Hai năm, hàng trăm lần ăn nằm, tình cảm của tôi cho Thảo không rõ ràng, vượt quá tình bạn, nhưng bảo là tình yêu thì hình như cũng lại không đúng hẳn, tuy nhiên, ngoài Diedre, Thảo có lẽ là người gần gũi với tôi nhất.

Tôi để Thảo ngủ thêm khoảng một tiếng nữa rồi mới đánh thức, bảo nàng tắm rửa, sửa soạn đi về.

*

Tôi tình cờ gặp lại Thảo bốn tháng sau ngày cưới. Thảo thay đổi không ngờ, đẫy đà, *sexy*, hình như đã chỉnh hình, khuôn mặt thon, mũi thẳng và cao, cánh mũi nhỏ kiểu Hàn quốc, ngực lớn, mông tròn, da mịn và trắng. Thảo bước ra từ chiếc BMW đời mới nhất.

Thảo gọi tôi,

"Anh Huân."

Tôi quay nghiêng, thiếu phụ vừa đi về phía tôi vừa bấm *remote* khóa xe, dáng đi tựa người mẫu trên sàn *cat-walk*. Nhất thời tôi không kịp nhận ra Thảo, khác quá, chỉ đến khi Thảo đứng trước mặt tôi, lên tiếng,

"Nửa năm chưa nhỉ, em mới gặp lại anh."

Tôi nhìn Thảo,

"Em khác quá, anh nhận không ra."

Thảo hỏi,

"Khác là thế nào?"

Tôi nói,

"Sang, đẹp một cách *sexy*."

Thảo cười thành tiếng,

"Haha, *sexy*, thật không?"

Tôi nói,

"Thật, nhìn em nhức cả mắt."

Và hỏi,

"Độ này em thế nào?"

Thảo có vẻ tự mãn,

"Mọi chuyện đều tốt, bọn em mới đổi nhà, trên *Hidden Hills*."

Tôi nói,

"Lên núi, sang thế à."

Thảo nói,

"Thực ra ngôi nhà này đã có từ lâu nhưng rộng quá, Norman bảo lạnh lẽo, thích ở dưới này hơn, nay có em, hai người không còn lạnh nữa."

Thảo chấm dứt câu nói bằng một nụ cười. Chỉ năm năm, từ một cô gái nhút nhát, nói năng nhỏ nhẹ, e dè, đầy mặc cảm giờ đây đã hóa thân thành một con người khác, mạnh mẽ, tự tin, có vẻ trịch thượng.

"Chừng nào có *baby*?"

Thảo nói,

"Norman chưa muốn."

Thảo cười hóm hỉnh,

"Anh ấy bảo thư thả, phải để anh ấy hưởng cho no nê cái đã."

Tôi mời Thảo vào *Starbucks* trong *shopping mall*. Chúng tôi ngồi đối diện nhau, cạnh cửa sổ, nhìn ra *parking lot* mênh mông. Những cây cọ rải rác, nắng mai đổ bóng cọ làm chúng ngả dài trên nền ciment. Còn quá sớm, người, xe thưa thớt. Tôi nhớ quán cà phê trên đồi ngày Thảo mới tới và món bún chả cá ở khu Việt Nam, cùng những âu lo cho tương lai của Thảo, chắc chắn Thảo không nghĩ sẽ có ngày này. Cuộc đời luôn có những bất ngờ ngoạn mục.

Tôi hỏi ba mẹ Thảo thế nào, Thục cho biết vẫn ở chỗ cũ, ông bà không chịu di dời dù Thảo đã gợi ý sẽ mua cho ông bà căn nhà mới.

Mẹ Thảo nói,

"Mẹ ở đây quen rồi, vả lại, tội gì bỏ tất cả quyền lợi đang được hưởng, *housing*, trợ cấp…"

Thảo hỏi tôi chừng nào mới chịu lấy vợ?

Tôi nói,

"Ai thèm lấy anh."

Thảo hỏi,

"Người ta không thèm hay anh không thèm?"

Tôi nói,

"Người ta."

Thảo nói,

"Anh xạo vừa thôi."

Tôi nói,

"Thực mà, ma nào thèm yêu anh."

Thảo nói,

"Em, trước đây và bây giờ, không lúc nào em thôi yêu anh."

Thảo đưa tay qua cầm tay tôi, ánh mắt tha thiết,

"Em vẫn mong được nằm trong vòng tay anh. Em

nhớ không sót chi tiết nào hình ảnh lần cuối anh yêu *baby* em. Anh tin không, mỗi lần cùng Norman ân ái, để đạt cực khoái, em luôn nhớ hình ảnh ấy."

Tôi biết nếu đề nghị cùng đến một *hotel* nào đó bày cuộc mây mưa, chắc chắn Thảo không từ chối, tôi sẽ có được một buổi ân ái tuyệt vời, trông Thảo "ngon" thế kia, hẳn nhiên sẽ khoái lạc lắm. Nhưng tôi nghĩ, sau đó, sẽ khó tránh khỏi dây dưa rắc rối. Thảo, như hầu hết những người vốn từ lâu chịu nhiều thua thiệt bỗng dưng đổi đời nhanh chóng và dễ dàng, điều đó biến họ thành những con người hãnh tiến. Khả năng tôi trở thành nạn nhân của sự hãnh tiến là rất cao. Nên, dù rất muốn tôi vẫn giả ngu trước gợi ý của Thảo.

Buổi sáng mùa thu, khí hậu dễ chịu, khu *shopping* bắt đầu đông.

Tôi chia tay Thảo ra *paking* lấy xe chạy xuống LB thăm một nhạc sĩ tôi vốn mến mộ. Khi ông nhạc sĩ này đang trên đỉnh cao thì tôi chưa ra đời, sau này trưởng thành, tìm, nghe nhạc ông, tôi kinh ngạc nhận thấy ông đã đi trước thời đại quá xa, từ ngôn ngữ, tư duy đến giai điệu. Nhạc của ông mới nhiều lần hơn những ca khúc thời thượng. Nhưng bây giờ ở xứ người, người nhạc sĩ tài hoa kia gần như bị gạt ra ngoài mọi sinh hoạt văn nghệ tuy người ta vẫn kính trọng ông. Thỉnh thoảng, trên các nhật báo, tuần báo, tạp chí chuyên đề văn học nghệ thuật…, tên tuổi ông vẫn được nhắc đến với rất nhiều nể trọng, nhưng, như những món đồ cổ quý hiếm và đắt tiền, người ta chưng trong tủ kiếng, để ngắm, để trao đổi, để khoe với bạn bè, có ai khùng điên mang những món đồ ấy ra dùng?

Từ khi người vợ ông hết lòng yêu thương thời tuổi trẻ bỗng bỏ ông ra đi, ông suy sụp, không thiết tha với bất cứ việc gì nữa. Một chủ phòng trà thấy kinh tế của ông quá khó khăn, cám cảnh, mời ông đến, mỗi đêm hát đôi bài, để có cớ giúp ông tí tài chính giải quyết chuyện áo cơm.

Trên đường đi tôi ghé *liquor(29)* mua xâu bia mười hai lon và ghé tiệm Tàu mua hai *pounds* heo quay, ổ bánh mì như mọi lần. Với số lương thực và chất cay này, hai bác cháu tha hồ bù khú. Nhiều hôm bốc lên, tôi chạy đi mua thêm xâu bia nữa, tôi say không về nổi, lăn quay ra thảm ngủ một giấc thẳng cẳng đến sáng. Luôn luôn trong cuộc nhậu, ông nói với tôi, thật say sưa về bốn mươi sáng tác của ông đã hình thành và hoàn tất trải dài hai mươi năm qua. Ông ôm đàn hát mê say những nhạc phẩm này. Tôi nghe, tán dương cho ông vui lòng, chứ thâm tâm thiệt là không mấy tác động. Đó là những ca khúc nặng tính triết lý, về thân phận con người bị cuốn xoáy trong vòng quay của một thời đại máy móc vô tâm, về băn khoăn sống chết trong cõi vô thường…. Nói chung, những triết lý này không mới mẻ, người ta đã nói, đã viết về chúng quá nhiều từ những thế kỷ qua, nay đem chúng vào âm nhạc, ít ai hiểu đã đành, còn khô cứng, vô hồn.

Nhiều lần tôi định nói thực với ông suy nghĩ của mình, nhưng nhìn sự say mê, nhìn đôi mắt nhắm, nhìn vầng trán nhăn, nhìn mái tóc bạc lưa thưa, tôi không nỡ. Chẳng còn bao lâu nữa ông sẽ về với hư vô. Thôi thì hãy để ông vui với thành tựu của mình.

Những ngón tay nhảy nhót trên cần phím chậm dần rồi dừng, người nhạc sĩ già buông đàn, cầm ly bia đưa về phía tôi.

Ông nói,

"Dzô, người bạn nhỏ."

Tôi nâng ly cụng với ông, nghe chất men vàng óng chảy qua thực quản xuống bao tử mát lạnh, thấy sảng khoái gì đâu.

Tôi hỏi ông,

"Hôm nay bác không đến phòng trà?"

Ông trả lời,

"Có chứ, nhưng mười giờ tôi mới đi."

Tôi nói,

"Trễ thế."

Ông nói,

"Mười hai giờ vãn tuồng, bác đến mười giờ đã là sớm chán."

Chợt ông hỏi tôi,

"Mấy giờ rồi?"

Tôi xem điện thoại,

"Một giờ ạ."

Ông uống cạn lon bia, nói,

"Còn bốn lon, uống hết, ngủ một giấc."

Tôi và ông thanh toán nốt số bia còn lại rồi nằm dài ra thảm. Tôi nhanh chóng đi vào giấc ngủ.

Bảy giờ chiều ông thức giấc, ra sau rửa mặt, thay quần áo,

"Đi ăn, bác đói lắm rồi, ăn xong đến phòng trà luôn."

Tôi nói,

"Mười giờ mới đến bác, tới sớm làm gì."

Ông nói,

"Cho cậu nghe con bé này hát, lạ lắm."

Tôi hỏi,

"Con bé nào vậy bác."

Ông khoát tay, nói,

"Đừng hỏi lôi thôi, đến, sẽ biết."

Ra đến sân, ông nói,

"Đi hai xe, lát nữa khỏi mất công cậu phải chở bác về."

Đến nơi, tôi đậu xe bên cạnh ông. Chúng tôi bước lên hai bậc cấp, người gác-dan mở hé cánh cửa gỗ khi thấy ông nhạc sĩ già, anh ta mỉm cười,

"Hôm nay bác đến sớm."

Ông ậm ừ,

"Ừm..."

Tôi theo ông lách mình vào trong. Bóng tối bao phủ khắp vũ trường, sàn nhảy nằm giữa. Chung quanh kê nhiều bàn cho thính giả ngồi, uống rượu không cồn hoặc nước giải khát, sân khấu nằm sâu bên trong. Một vài cặp dìu nhau theo tiếng nhạc ngoài sàn nhảy, ánh sáng nhiều màu từ trên trần quét xuống ngang dọc.

Tôi sững người, trên sân khấu, người con gái ngồi

trong xe lăn, ôm đàn hát, đôi mắt nhắm, mặt ngước cao, mái tóc dài, ngấn cổ dài vươn tới phía trước, giọng hát bềnh bồng, vút cao rồi rơi xuống, tan loãng. Bài hát quen thuộc tôi đã nghe nhiều lần. Tôi định thần nhìn kỹ, và toàn thân lạnh toát, Nhã Lan!

Ông dẫn tôi đến một bàn vắng khách, nói,

"Cậu ngồi đây nghe con bé hát, nhạc của nó, đặc biệt lắm, lát có tiếp viên đến, muốn uống gì thì *order*. Tôi vào hậu trường."

Ông quay lưng đi về phía cánh cửa nhỏ bên trái sân khấu, mở cửa lách vào trong. Nhã Lan chấm dứt bài hát, tiếng vỗ tay, tiếng huýt gió, tiếng bis bis vang dội, Nhã Lan cảm ơn và giới thiệu thêm một ca khúc khác. Mái tóc dài rũ xuống thùng đàn, những ngón tay chạy nhanh trên phím, chuỗi âm thanh bềnh bồng trôi khắp phòng. Tiếng hát cất lên, trầm, buồn, có lúc như lời tâm sự, lúc khác như ẩn chứa một nỗi niềm muốn tỏ bày, lúc khác nữa hình như muốn gào kêu sự bất lực của phận người trong dòng thời gian vô tâm trôi qua dửng dưng. Tôi lặng người trước một sáng tác mới hoàn thành của Nhã Lan. Bài hát nói lên nỗi niềm của Nhã Lan, một nỗi niềm, tôi nghĩ, không chút niềm vui.

Nhã Lan trình bày thêm một ca khúc nữa rồi cúi chào. Từ cánh gà sân khấu, một nhân viên tiến ra đẩy chiếc xe lăn vào trong. Tiếng vỗ tay dịu xuống, MC giới thiệu tiết mục của một ca sĩ khác. Tôi đứng lên đi nhanh về phía cánh cửa nhỏ dẫn vào hậu trường.

Phòng rộng, một mặt tường ốp kính soi, phía trước là dãy ghế cho ca sĩ ngồi chờ chuyên viên trang điểm làm đẹp trước khi họ ra sân khấu. Nhã Lan ngồi trên xe lăn trong góc phòng, bên cạnh ông nhạc sĩ già, tôi bước đến trước mặt người con gái tật nguyền,

"Nhã Lan."

Nàng ngẩng lên nhìn tôi, sửng sốt,

"Anh Huân."

Tôi quỳ xuống, ngang tầm, nước mắt trào ra, Nhã Lan cũng thế, nàng mếu máo,

"Em có mơ không?"

Tôi cầm tay Nhã Lan, bàn tay có những ngón thuôn mềm, giọng cố trấn tĩnh,

"Làm sao em đến được xứ này?"

Nhã Lan nói,

"Chuyện dài, thư thả em kể."

Ông nhạc sĩ già hết nhìn tôi rồi nàng, vẻ ngạc nhiên,

"Hai người quen nhau à?"

Tôi nói,

"Vâng, ở Việt Nam."

Tôi kể nhanh thân tình giữa chúng tôi, ông nghe, gật gù,

"Trái đất này tưởng lớn hóa ra nhỏ xíu."

Rồi đứng dậy, với cầm cây *guitar,* vật bất ly thân của ông già, nói,

"Tôi ra phía trước."

Ông già đi về phía cánh cửa nhỏ, lưng còng, dáng lầm lũi. Bất giác tôi tự hỏi, không biết ông còn sống được bao năm nữa trên cõi trần này? Trọn một đời sống chết với âm nhạc và ánh đèn sân khấu, cùng bao vinh quang, bao tung hứng, bao tụng ca, bao trân trọng, bao nâng niu…, rồi tuổi già đến nhanh chóng mang theo cô đơn và lãng quên. Mai mốt, khi xác thân đã vùi sâu trong đất, mấy ai còn nhớ đến người nhạc sĩ tài hoa đã một thời tạo ra gió bão?

Tôi nói với Nhã Lan,

"Mình đi ăn, nói chuyện."

Nàng cầm điện thoại, nói,

"Để em nhắn người nhà đừng đến đón, lát anh đưa em về nhé."

Tôi đẩy chiếc xe lăn ra *parking*, định bế nàng lên xe thì Nhã Lan nói,

"Cho em đến gần, em tự vào được."

Tôi làm theo lời nàng và ngạc nhiên thấy Nhã Lan mở cửa, tìm chỗ vịn, đứng dậy, đưa mông vào ghế và chầm chậm lựa cách ngồi xuống, với tay kéo *seat belt* cài ngang bụng.

Tôi reo vui,

"Em đứng dậy được rồi à?"

Nhã Lan cười nhẹ, không trả lời. Tôi gấp gọn chiếc xe lăn mang ra cốp sau.

Tôi ngồi vào tay lái, cho xe lui ra khỏi hai lằn sơn trắng,

"Mình đi."

Trên đường, tôi hỏi Nhã Lan về Ngọc Quyên,

"Cô ấy thế nào rồi?"

Nhã Lan có vẻ vui,

"Anh về Sài Gòn độ nửa năm thì Ngọc Quyên lấy anh Thành, hai người cùng trông coi công ty, rất phát triển, họ trở thành đại gia, gia đình hạnh phúc. Khi em đi, Ngọc Quyên mang thai, chắc bây giờ đã sinh."

Tôi nói,

"Mừng cho cô ấy."

Và hỏi,

"Ngọc Quyên vẫn vẽ?"

Nhã Lan cười,

"Bỏ hẳn, chỉ lo kinh doanh, hốt tiền."

Nhã Lan cũng cho biết thêm, trở thành vợ Thành, cô ấy không còn giận Nhã Lan nữa, thỉnh thoảng hai người cùng nhóm bạn xưa đi dã ngoại, vẫn ghé thăm.

"Ngọc Quyên bây giờ với cô sinh viên mỹ thuật lúc xưa là hai người khác hẳn, anh không tìm ra một chút xíu liên quan đâu." Nhã Lan kết luận.

Tôi nói,

"Anh không ngạc nhiên. Cô ấy không có tài. Thích hội họa và làm hội họa là hai lĩnh vực hoàn toàn khác nhau. Rất nhiều người tưởng lầm, chọn hội họa làm bước tiến thân, đến khi hiểu chuyện thì lở dở hết. May cho Ngọc Quyên, tìm được bến đỗ tốt và tỉnh ngộ sớm."

Tôi đưa Nhã Lan đến một nhà hàng Việt mở cửa *overnight*. Nhà hàng này chủ yếu phục vụ khách ra về từ các vũ trường, và các ca, nghệ sĩ... sống về đêm.

Chúng tôi ngồi gần cửa sổ nhìn ra đại lộ đã không còn nhộn nhịp như ban ngày. Khí hậu về đêm gây gây lạnh, đường sạch hơn, dễ thở hơn. Một con chim lớn sà xuống hè đường, nhìn lơ lào một lúc rồi bay lên đậu trên sợi dây điện căng ngang trên cao.

Tôi gọi một phần phở xào hải sản cùng ăn chung. Vừa ăn, Nhã Lan vừa chậm rãi kể tôi nghe mọi diễn biến kể từ khi tôi không còn gặp nàng.

Hai năm sau ngày tôi rời Việt Nam, một phái đoàn thiện nguyện của Mỹ đến vùng quê Nhã Lan ngoạn cảnh, bởi theo công ty du lịch thì làng này vẫn còn giữ được nét đặc thù tiêu biểu của một làng quê đồng bằng Bắc bộ xưa. Trong phái đoàn có một bác sĩ người Việt gặp Nhã Lan, thăm hỏi lý do bị liệt, sau khi sơ khám, ông ta nói,

"Có thể chữa khỏi nếu sang Mỹ."

Theo ông ta, chấn thương đã làm tắc nghẽn một mạch máu ở bán cầu trái nơi đầu, gây tê liệt hai chân. Nếu ở Mỹ, ông ta sẽ cho tập vật lý trị liệu, chạy điện, uống thuốc, khả năng hồi phục rất cao.

Ông ta tuy đã vợ con, nhưng muốn giúp Nhã Lan nên đã làm thủ tục xin nàng làm con nuôi. Bà mẹ chỉ có một mình Nhã Lan là người thân duy nhất, không muốn lìa xa, nhưng nghĩ đến tương lai của con, bà đành cắn răng bằng lòng. Ông bác sĩ đưa Nhã Lan sang California.

Nhã Lan đến Mỹ với rất nhiều hy vọng. Nhưng sau hơn một năm nỗ lực thì ông bác sĩ đành thúc thủ, vẫn theo ông, nếu trị ngay lúc vừa bị nạn thì nhất định sẽ thành công, nhưng để quá lâu, mạch máu nghẽn đã chết, không thể phục hồi.Tuy nhiên qua thời gian dài chữa trị, Nhã Lan có một chút an ủi, ngày trước nàng không thể ra khỏi xe lăn một mình, nay có thể đứng dậy, lần theo tường vào *restroom*, tự tắm rửa, đi vệ sinh. Nhã Lan mừng lắm, tuy không trở lại bình thường như xưa nhưng thế là tốt lắm rồi, không còn lệ thuộc nhiều vào ai, nhất là các vấn đề tế nhị.

Nhã Lan đi học lại, cô học ngành kế toán để ra làm, có thêm thu nhập giúp mẹ ở quê nhà, đồng thời cũng để đỡ buồn. Buổi tối, nàng xin đi hát tại vũ trường, nơi ông nhạc sĩ già bạn tôi cộng tác, qua giới thiệu của một người quen.

Tôi hỏi,

"Em có dự tính nào cho tương lai?'

Nàng nói,

"Trước mắt học xong cái đã."

Tôi lại hỏi,

"Việc sáng tác nhạc của em thì sao?'

Nhã Lan cười buồn,

"Sang xứ người mới thấy việc làm bấy lâu nay em tưởng ghê gớm lắm, thực ra, chẳng là gì cả."

Tôi nói,

"Nghĩa là em sẽ bỏ làm nhạc như Ngọc Quyên bỏ vẽ"

Nhã Lan nói,

"Em vẫn sáng tác, nhưng không còn xem nó là cứu cánh."

Ăn xong tôi đưa Nhã Lan về. Nhà ông bác sĩ trên đồi, khu thượng lưu.

Sau hôm ấy, tôi thường xuyên đến Nhã Lan, làm tài

xế chở nàng đi hát. Tình cảm giữa chúng tôi, mỗi ngày mỗi thêm khắng khít. Hình như tôi đã tìm thấy một nửa của mình, dù trong tim tôi, bóng dáng Bích Trâm vẫn không hề mờ nhạt.

Một hôm, cuối tuần, chúng tôi ra biển, tôi đẩy chiếc xe lăn theo lối tráng *ciment* chạy dọc ven triền cát, tiếp giáp chân sóng. Nắng chiều, gió lộng, tôi hít thở no nê không khí trong lành, cảm thấy phấn chấn. Dừng xe lăn dưới bóng mát một tán cây to, tôi vòng ra phía trước, quỳ xuống trước mặt Nhã Lan, móc túi tìm chiếc nhẫn đưa lên cao (chiếc nhẫn chiều hôm qua tôi đã mua khi *shopping*), nhìn sâu vào mắt nàng, tôi nói,

"Anh yêu em, muốn lấy em làm vợ, bằng lòng chứ?"

Nhã Lan mở tròn mắt, ấp úng,

"Anh, anh..."

Tôi cầm bàn tay Nhã Lan, tìm ngón đeo nhẫn,

"Anh hiểu em muốn nói gì, anh đã suy nghĩ kỹ, quyết định của anh không phải bốc đồng."

Nàng vẫn ấp úng,

"Anh... anh..."

Tôi lặng lẽ xỏ chiếc nhẫn vào một trong năm ngón tay thuôn, những ngón tay từng lướt nhanh trên phím đàn.

Kể từ bây giờ, những ngón tay này có thêm nhiệm vụ mới, chung sức vun bồi hạnh phúc cho một gia đình nhỏ gồm hai người, nàng và tôi.

Ann  Phong - Chống chọi chán chường

# KẾT

Tiếng Nhã Lan từ nhà bếp,

"Anh ơi, điện thoại."

Tôi chùi hai tay vào chiếc quần *jean* bẩn vẫn mặc khi làm vườn, bước nhanh vào nhà, đến bàn cầm chiếc điện thoại lên nhìn người gọi là ai. Bất ngờ. Bà Tư, đã lâu, dễ chừng cả năm tôi không liên lạc.

Tiếng bà Tư,

"Cậu Huân, bà chủ vừa mất."

Tôi giật mình,

"Bà nói sao?"

Bà Tư nghẹn ngào,

"Bà chủ chết rồi."

Im lặng một lúc, bà Tư tiếp,

"Tai nạn xe cộ"

Và kể,

"Vợ chồng bà chủ họp cổ đông xong, về đến ngả tư gần nhà thì một thanh niên phóng xe ngang trước đầu chiếc Toyota, ông chủ lách tránh, lạc tay lái, xe lao vào một gốc cây, bà chủ đập đầu vào kính trước, chết ngay, ông chủ bị thương nặng phải đưa vào bệnh viện…"

Bích Trâm đã ra người thiên cổ. Có thể nào? Tôi gần như mê đi, bất giác nước mắt trào ra, và không sao cầm giữ được, tôi khóc nức nở.

Bên ngoài cửa sổ, nắng xuyên qua tán cây trên cao, nhảy múa trên miếng sân cỏ non xanh mướt. Đứng bóng trưa.

**Khánh Trường**
Tháng 09/2020

Chú thích:

*"Hope you eat well"(*1): Hy vọng ông ăn ngon
*"You are so beautiful!"(*2): Cô rất đẹp
*"Hairy too much"*(3): Nhiều lông quá
*"Yes, I like, really like."*(4): Vâng, anh thích, rất thích
*"You are amazingly hairy."(*5): Em nhiều lông đến kinh ngạc
*"First, reheat me, so fragrant, please."*(6): Trước tiên, hâm nóng em, thơm lắm, làm ơn
*"Fool!"(*7): Đồ ngu!
*make love*(8): làm tình
*"I thought may be I loved you"*(9): Em nghĩ có lẽ em đã yêu anh
*May be*(10): Có lẽ
vacation(11): Nghỉ hè
*"I'm off today, let's go out or eat."(*12): Hôm nay em nghỉ làm, mình ra ngoài hay đi ăn
*"Spicy, but I also like."(*13): Cay nhưng em cũng thích
*"Cool"(*14): Tuyệt
*"Rice delicious? I don't understand."(*15): Ngon cơm? Em hổng hiểu
*"Delicious but spicy."(*16): Ngon nhưng cay
*"Just like you."(*17): Anh cũng thích
*feuilleton*(18): Truyện đăng từng kỳ
*Furniture(*19): Đồ nội thất
*young, excess ability*(20): trẻ, thừa khả năng
*community college(*21): Đại học cộng đồng
*Girlfriend*(23): Bạn gái
*"Fellow citizen?"(*24): Đồng hương
*"Congratulations."*(25): Chúc mừng
*"I'm ok hundred percent, hope you are satisfied."(*26): Anh ok trăm phần trăm, hy vọng em hài lòng
*"Thank you my best friend."(*27): Cảm ơn bạn tốt
*"You too, take your clothes off."(*28): Anh cũng vậy, cởi đồ ra.
*Liquor*(29): tiệm tạp hóa

Liên lạc Tác giả

**Khánh Trường**

alexkhtruong@yahoo.com

or FB Messenger khanh truong



Liên lạc Nhà xuất bản

**Mở Nguồn**

han.le3359@gmail.com

(408) 722-5626

www.ingramcontent.com/pod-product-compliance
Lightning Source LLC
LaVergne TN
LVHW040041051026
849525LV00002B/521
*9781989993354*